திருமேனியும் திருக்கசாமியும்

D1771858

பாஸ்கர்ராஜ்

சத்யா

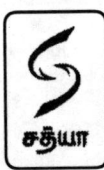

Title
Thirumeniyum Thirukasamiyum
BaskarRaj

ISBN : 978-93-6666-514-6
Title Code : Sathyaa - 148

நூல் தலைப்பு
திருமேனியும் திருக்கசாமியும்

நூல் ஆசிரியர்
பாஸ்கர்ராஜ்

முதற்பதிப்பு
ஏப்ரல் 2025

விலை : ₹ 150

பக்கம் : 110

Printed in India

Published by

Sathyaa Enterprises
No.134, First Floor,
Choolaimedu High road,
Choolaimedu, Chennai - 600 094.
044 - 4507 4203

Email
sathyaabooks@gmail.com

1

இரண்டு நாட்களாக மழை தாண்டவமாடிக் கொண்டிருந்தது. முழுசாக விட்டபாடில்லை. மக்களின் இயல்புநிலை பாதிப்பாகியது.

பொதுமக்கள் வீட்டிற்குள்ளேயே முடங்கிக் கிடக்க வேண்டிய நிலைமை. அந்த மழையிலும் தளர்ந்த நடையுடன், தளர்ந்த மனதுடன் பெரியவர் ஒருவர் போலீஸ் ஸ்டேஷனுக்குள் நுழைந்தார்.

குடையை மடித்து ஒரு ஓரமாக வைத்து விட்டு உள்ளே வர, அங்கே இருந்த ரைட்டர் அவரை பார்த்தபடி இருக்க.

“வணக்கங்க...” என்று அவரைக் கும்பிட்டார் பெரியவர்.

வணக்கத்திற்கு பதில் வணக்கம் சொல்லியபடி... “வாங்க சாமி... இப்படி உக்காருங்க” என்று ஒரு சேரைக் காட்டினார்.

பெரியவர் உட்கார்ந்தார்.

“சொல்லுங்க... இன்னா விஷயம்?” என்று ரைட்டர் கேட்க,

“எஸ்.ஐ.ய பாக்கணும்” என்றார் பெரியவர்.

''எஸ்.ஐ..ங்களா, அவர் இப்பதான வெளிய போனாரு. வர்றதுக்கு எப்படியும் மணி ரெண்டாவும், பரவாயில்ல. ஏதாயிருந் தாலும் எங்கிட்டயே சொல்லுங்க'' என்று கூற,

"ஒரு கம்ப்ளெயின்ட் தரணும்" என்றார்.

"கம்ளெயின்டா?"

"ஆமா!"

"யார் மேல...?"

"யார் மேலயும் இல்ல..."

"அப்ப எதுக்கு கம்ப்ளெயின்ட்டு?"

"இல்ல... எம்புள்ள காணாமப் போயிட்டான்"

"யார் புள்ள...?"

"எம்புள்ள"

"உங்க புள்ளையா...?"

"ஆமா!"

"இன்னா வயசு...?"

"இருபத்தி அஞ்சாவுது.."

"இருபத்தி அஞ்சு வயசுல எப்படி பெரியவரே காணாமப் போவான். வீட்ல யாராவது ஏதாவது சொல்லியிருப்பாங்க. கோயிச்சுக்கிட்டு எங்கயாவது போயிருப்பான். ரெண்டு நாள்ல வந்துடுவான் பயப் படாதீங்க."

"இல்ல... அவன் காணாமப் போயே ரெண்டு நாள் ஆவுது. ரெண்டு நாளா வீட்டுக்கு வரல.."

"அட நீங்க வேற.. எங்க போயிடப் போறான். வயிறு காஞ்சாதானா வந்துடுவான். வயசுப் பையந்தானே சின்னப் பசங்களா இருந்தாதா பயப்படணும்"

“அப்படியில்லீங்க. அவன் எப்பவும் எங்கயும் போனதில்ல. இதுவரைக்கும் ஒருநாள் கூட வெளிய தங்கனதில்ல. எந்த வேலை எப்படியிருந்தாலும் வீட்டுக்கு வந்துடுவான். வெளியெல்லா எங்கயும் தங்க மாட்டான்.”

“எப்பத்துல இருந்து காணாம்னு சொன்னீங்க?”

“முந்தா நாள்ல இருந்து”

“ஃபோன் பண்ணி பாத்தீங்களா?”

“அவன் போன் வீட்லயே வச்சுட்டு போயிட்டான்...”

“எங்க போயிருப்பான்னு ஏதாவது யூகிக்க முடியுதா. அதாவது சொந்தக்காரங்க வீடு, ஃபிரண்ட்ஸ்ங்க வீடு. அங்க - இங்கன்ன”

“அவனுக்கு ஃபிரண்ட்ஸீங்கன்னு பெருசா யாரும் கிடையாதுங்க. ஒரு ரெண்டு பேர் மட்டும் கூடப் படிச்சவங்க இருக்காங்க.”

“அவங்ககிட்ட விசாரிச்சீங்களா?”

“விசாரிச்சேன்....”

“என்ன சொன்னாங்க?”

“இங்க வரவேயில்ல. அவன பாத்தே ஒருவார மாச்சுன்னு ஒருத்தன் சொன்னான்.”

“இன்னொருத்தன்”

“மூணு நாளைக்கு முன்னாடி வந்தான். பார்த்தான். கொஞ்ச நேரம் பேசிட்டுப் போயிட்டான். ஆனா? டல்லா இருந்தான். என்னடா டல்லா இருக்கேன்னு கேட்டிருக்கான். ஒண்ணுமில்லன்னு சொல் லிட்டுப் போயிட்டானாம்.”

“சொந்தக்காரங்க யார்கிட்டயாவது விசாரிச்சீங்களா?”

“எனக்கு சொந்த பந்தம்னு பெருசா யாருமில்லீங்க. என் ஒய்ப்போட சிஸ்டர் மட்டும் இருந்தாங்க. அவங்க பொண்ணு, அதாவது இவனுடைய அக்காகிட்ட மட்டும் ரொம்ப பிரியமா இருப்பான்.”

“அவங்ககிட்ட கேட்டீங்களா?”

“கேட்டேன்...”

“என்ன சொன்னாங்க?”

“அவனைப் பாத்தே பத்து நாளாச்சு. அவன் இங்க வரவேயில்லன்னு சொன்னாங்க”

“உங்க பையன் எங்க வேலை செய்றான்?”

“ஒரு பிரைவேட் கம்பெனியில”

“அதா எங்க..?”

“குரோம்பேட்டையில மாடர்ன் லெதர்ஸ் எக்ஸ்போர்ட் கம்பெனியில....”

“அங்க போய் விசாரிச்சீங்களா?”

“இல்ல..!”

“அங்க விசாரிச்சிருந்தீங்கன்னா என்ன ஏதுன்னு தெரியுமில்ல. சரி. விடுங்க... பாத்துக்கலாம். பையனோட ஃபோட்டோ எதன்னா இருக்கா?”

“இருக்குங்க...”

“குடுங்க...”

பையனுடைய ஃபோட்டோவையும் அத்துடன் எழுதி வைத்திருந்த கம்ப்ளெயின்ட்டையும் கொடுத்தார்.

“இவனா?”

“ஆமாங்க!”

“மொகம் ரொம்ப சாந்தமா இருக்கே?”

“ஆமாங்க ரொம்ப சைலன்டானவன். யார்கிட்டயும் அதிகமா பேச மாட்டான். அவன் உண்டு அவன் வேலை உண்டுன்னு இருப்பான். ரொம்ப நல்ல பையங்க..”

"என்ன படிச்சிருக்கான்?"

"பி.காம்..."

"என்ன சம்பாதிக்கிறான்?"

"இப்பத்திக்கி இருபது ரூபா வாங்கறான்"

"உங்களுக்கு ஒரே பையனா?"

"ஆமாங்க! எப்படியாவது கண்டுபிடிச்சி குடுங்கய்யா. உங்களுக்கு புண்ணியமா போவும். நீங்களும் உங்க குடும்பமும் நல்லா இருக்கும்" என்றார் அழுதபடி

அப்பொழுது ஸ்டேஷனுள் நுழைந்தார் எஸ்.ஐ.

அழுதபடியே எழுந்து எஸ்.ஐக்கு வணக்கம் சொன்னார் பெரியவர்.

"உக்காருங்க பெரியவரே!" என்று ஏட்டைப் பார்த்து "என்ன ஏட்டு.. யார் இவரு? என்ன சம்ப்ளெயின்ட்டு?" என்று கேட்டார்.

"மிஸ்ஸிங் கேஸுங்க" என்றார் ஏட்டு.

"யாரு மிஸ்ஸிங்?"

"இவரு பையந்தாங்கய்யா..." என்று ஏட்டு எல்லா விஷயத்தையும் சொல்லி முடித்து பையனோட ஃபோட்டோவைக் காட்டினார்.

"பெரியவரே.. கவலைப்படாதீங்க. கண்டுபிடிச்சிடலாம்" என்று எஸ்.ஐ தைரியம் சொல்ல.

"அய்யா.. நீங்க நல்லா இருக்கணும்யா... எனக்கு ஒரே புள்ளைங்க. எம்புள்ளைய எப்படியாவது கண்டுபிடிச்சி குடுங்க சாமி" என்று அழுதபடியே எஸ்.ஐ காலில் விழுந்தார்.

இதை எஸ்.ஐ சற்றும் எதிர்பார்க்கவில்லை. பதறியபடி... "என்ன பெரியவரே இது. நீங்க போய் என் கால்ல உழலாமா? உங்க வயசென்ன என் வயசென்ன... எந்திரிங்க.." என்று அவரை எழுப்பி உட்கார வைத்து பயப்படாதீங்க.. தைரியமா இருங்க எப்படியும் கண்டுபுடிச்சிடலாம் என்று கூற.

அழுதப்படியே கையெடுத்து கும்பிட்டார் பெரியவர்.

அப்பொழுது டீகடை பையன் டீ கொண்டு வந்தான்.

“டேய்.. அத பெரியவர்கிட்ட குடு” என்று எஸ்.ஐ. கூற

“வேணாங்க.” என்று பெரியவர் மறுக்க.

“பரவாயில்ல குடிங்க.. கேஸ நான் பாத்துக்கறே... தைரியமா இருங்க. ஆம்பள பையந்தானே.. அதுலயும் வயசுப் பையன். எதுக்கு பயப்படறீங்க. ரெண்டு நாள்ல அவனாவே வந்துடுவான் பாருங்க. இந்த மாதிரி எத்தனை கேஸை நாங்க பாத்திருக்கோம். அப்பா அடிச்சா கோவிச்சுக்கிட்டு ஓடிப் போயிடுவான்க. இல்லன்னா அப்பா அடிப்பாரேன்னு பயந்துகிட்டு ஓடிப் போயிடுவான்க. இந்தக் காலத்து புள்ளைங்ககிட்ட இதெல்லா சகஜமாப் போச்சு. கையில காசு இருக்கிற வரைக்கும் அங்க இங்கன்னு சுத்துவான்க. காசு காலியானதும் சோத்துக்கு வழியில்லாமப் போவும். தானா ஊடு வந்து சேருவானுங்க. ஏன் ஏட்டு போன மாசம் கூட இதே மாதிரி ஒரு கேஸ் வரல. நீங்களாவது பரவாயில்ல ஒத்த ஆளா வந்து கம்ப்ளெயின்ட் தர்றீங்க. அந்தப் பையனுக்கு மொத்த குடும்பமே வந்து இங்க ஒப்பாரி வச்சுது. அந்த மூதேவி என்ன பண்ணுச்சு தெரியுமா? அப்பன் காசு பத்தாயிரத்த ஆட்டைய போட்டு போயிடுச்சு. அது கையில இருக்கிற வரைக்கும் கூத்து, கும்மாளந்தா. தீர்ந்ததுக்கப்புறம் சோத்துக்கு வழியில்லாம அவனாவே ஊடு வந்து சேந்தான்.”

“எம்புள்ள அப்படில்லீங்க.. சம்பளக் கவர் பின்னக் கூட கழட்டாம எங்கிட்ட கொண்டாந்து கொடுப்பாங்க. தங்கமான புள்ளைங்க.”

“உங்க பையனுக்கு ஏதாவது கெட்டப் பழக்கம் இருக்கா? சரக்கு கிரக்கு போடுவானா? தம்மடிப்பானா?”

“அய்யய்யோ! அதெல்லா எதுவுமில்லீங்க. டீ டோட்லர்னு சொல்லு வாங்களே அந்த மாதிரி”

“சரி.. இந்த லவ் மேட்டர் அது... இது...ன்னு ஏதாவது...?”

“அப்படி எதுவுமில்லீங்க...”

“பெரியவரே! உங்க பையன் நல்லவான கூட இருக்கலாம். ஆனா! விசாரணைன்னு வரும் போது நீங்க எங்களுக்கு கொஞ்சமாவது ஒத்துழைக்கணும். அப்பதா உங்க புள்ளைய கண்டுபுடிக்க எங்களுக்கு வழி கிடைக்கும். நான் கேக்கற கேள்விக்கு எதையும் மறைக்காம உண்மைய சொல்லுங்க. எதையும் மூடி மறைக்காதீங்க. அப்புறம் உங்களுக்குதா நஷ்டமாவும் அதனால அவன கண்டு புடிக்கிற நாள் கொஞ்சம் இழுத்துக்கிட்டே போவும்.”

“ஒருநாள் ஒரு பொண்ணை லவ் பண்றதா வந்து சொன்னான்.”

“அதுக்கு நீங்க என்ன சொன்னீங்க...?”

“நான் ஒத்துக்கல”

“தோ... கிடைச்சுடுச்சு ரூட்டு. வேற ஒன்னுமில்ல சாமி. அவன் லவ்க்கு நீங்க ஒத்துக்காததால அவன் கோவிச்சுக்கிட்டு போயிருப்பான். அவ்வளவுதா மேட்டர். தெளிவா கண்ணாடி மாதிரி தெரியுது. அதனால் டென்ஷன் ஆவாம தைரியமா வீட்டுக்குப் போங்க நான் சொல்றத மட்டும் செய்ங்க...”

“என்ன செய்யணும்?”

“ரொம்ப சிம்பிளான விஷயந்தா. உன் லவ்க்கு உங்கப்பா ஒத்துக்கிட்டார்ன்னு அவன் ஃபிரண்ட்ஸ்ங்க கிட்ட சொல்லி வைங்க விஷயம் தானா அவங் காதுக்கு போவும். அடுத்த ஒரு மணி நேரத்துல அவனே வீட்டுக்கு வந்துடுவான்.”

எஸ்.ஐக்கு எந்த பதிலும் சொல்லாமல் பெரியவர் அமைதியாக இருந்தார்.

“என்ன பெரியவரே... நான் சொன்னதுக்கு எந்த ரெஸ்பான்ஸும் இல்ல. உங்களுக்கு உங்க புள்ள வேணுமா. வேணாமா? வேணும்னா நான் சொன்னதைச் செய்ங்க. வேணாம்னா உங்க கௌரவத்தப் பாத்துக்கிட்டுப் போய்கிட்டே இருங்க” என்று எஸ்.ஐ கூற.

“இல்லீங்க.. நீங்க சொல்ற மாதிரியே சொல்றங்க...” என்றார் பெரியவர்.

"எதுக்கு நான் சொல்றன்னா.. வயசுப் பசங்க லவ் மேட்டர்ல உழுந்துட்டாங்கன்னா, அவங்களுக்கு அந்தப் பொண்ணுதா கண்ணுக்குத் தெரியும். ஆத்தா அப்பனை பத்தியெல்லா கவலப்பட மாட்டான்க. நாங்க எத்தனை கேஸை இந்த மாதிரி பாத்திருக்கோம். ஒன்னா ரெண்டா.. லவ் பண்ணிட்டு ஊட்டுக்கு தெரியாம ஓடி வந்து இங்க கல்யாணம் பண்ணிக்கிட்டது எத்தனை ஜோடிங்க... அதே மாதிரி லவ் பண்ணி பெத்தவங்க ஒத்துக்கலன்னதும் வூட்ட வுட்ட ஓடிப் போய் கல்யாணம் பண்ணிக்கிட்டு குடும்பமெல்லா நடத்திட்டு, நாங்க கண்டுபிடிச்சதுக்கப்புறம் இங்க வந்து எங்க அப்பா, அம்மாதா முக்கியம்னு கட்ன தாலிய கழட்டி வச்சுட்டு போன்துங்க எத்தனை ஆயிரங் கேஸை இந்த ஸ்டேஷன்ல நாங்க பாத்திருக்கோம். எத்தனையோ ஜோடிக்கு கல்யாண மண்டபமா இருந்து சேத்து வச்சிருக்கு. அதே மாதிரி எத்தனையோ ஜோடிங்களை கோர்ட் பிரிச்சி அனுப்பி வச்சிருக்கு. அதனால நான் சொன்ன மாதிரி செஞ்சீங்கன்னா உங்க புள்ள ஊடு வந்து சேருவான். புரியுதா? அதுக்கப்புறம் உங்க இஷ்டம்" என்று கூற.

பெரியவர் அமைதியாகப் பாத்துக் கொண்டிருக்க.

"பெரியவரே....! நாங்க எங்க முயற்சியில இருக்கோம். நீங்களும் நான் சொன்னதச் செய்ங்க.. பையன் வந்துடுவான் சரியா...?"

"சரிங்க..."

"அப்ப போயிட்டு வாங்க. எல்லா நல்லபடியா நடக்கும். பயப்படாதீங்க. தைரியமா இருங்க" என்று கூறி அனுப்பினார்.

பெரியவர் புறப்பட்டார்.

குடையை மறந்து அவர் ஸ்டேஷனில் விட்டு வெளியேற.

"பெரியவரே! குடையை மறந்துட்டீங்க பாருங்க..." என்று ஏட்டு ஞாபகப்படுத்த.

பெரியவர் குடையை எடுத்துக் கொண்டு வெளியே வந்தார்.

❖

2

'அழகுத்திருமேனி' அழகான பெயர். வயதோ அறுபத்தைந்து. ஆதரவில்லாதவர். அதாவது மனைவி இல்லாதவர். சமீபத்தில் தான் மனைவியை இழந்தார். மனைவி மீது கொள்ளப் பிரியம். எல்லையில்லாத அன்பு. காதலித்து திருமணம் செய்தவர்.

ஆழமான காதலின் சின்னமாய் ஒரே ஒரு மகன். செல்ல மகன். திருமேனி பக்கா பிராமணர். ஆச்சாரத்திற்கு சொல்லவே வேண்டாம். தன் வகுப்பின் மீது அழுத்தம் கொண்டவர். எந்தக் காரணத்தைக் கொண்டும், எந்த இடத்திலும் தன் வகுப்பை விட்டுக் கொடுக்காதவர்.

திருமேனி பள்ளியில் தலைமை ஆசிரியராக இருந்து ஓய்வு பெற்றவர். வேலைக்கு சேர்ந்த போது அங்கு நான்கைந்து பெண் ஆசிரியர்கள் இருந்தாலும் அவர்களில் பிராமண வகுப்பைச் சேர்ந்த பெண்ணையே தேடிப் பிடித்து, அவளையே காதலித்து கல்யாணம் செய்து கொண்டவர்.

அவருடைய ஜாதிப்பற்று தான் அவருக்கு பலமாவும் இருந்தது. பலவீனமாகவும் இருந்தது.

‘‘அய்யரே...! என்று செல்லமாக அழைத்தவர்கள் கூட, இவனெல்லா ஒரு மனுஷனா தூ...!’’ என்று துப்பியவர்களும் உண்டு. அந்தளவிற்கு ஜாதி வெறி அவரை ஆட்டிப் படைத்தது. தவறு... தவறு... ஜாதியை இவர்தான் ஆட்டிப் படைத்துக் கொண்டிருந்தார்! அந்த ஜாதி வெறிதான் அவரை படுகுழியில் தள்ளி, தலையில் பாராங்கல்லைப் போட்டது.

திருமேனியின் மகன் பெயர் திருமுருகன். வயது இருபத்தைந்து. நல்ல அழகு.

தாயைப் போல நிறம். முகம் கூட தாயின் சாயலிலேயே இருப்ப தால் மகனைப் பார்க்கும் போதெல்லாம் மனைவியைப் பார்க்கும் திருப்தி அவருக்கு. அதனாலயே அவனை மிகவும் செல்லமாக வளர்த்தார். அவன் எதைக் கேட்டாலும், எப்பொழுது கேட்டாலும் கேட்டதை கேட்ட இடத்திலேயே வாங்கிக் கொடுத்து மகிழ்வார். மகன் எதைச் சொன்னாலும் தட்டாமல் செய்து முடிப்பார்.

என்ன செல்லமாக வளர்த்து என்ன பயன் இந்த வயசான காலத்துல அப்பாவ தனியா தவிக்க விட்டுட்டு சொல்லாம எங்கயோ போயிட் டானே.

மனைவி போனதிலிருந்து அவர் தான் சமையல் எல்லாம். அவரே சமைத்து மகனுக்கு சாப்பாடு கட்டிக் கொடுத்தனுப்புவார். வீட்டு வேலைகள் எல்லாவற்றையும் அவரே தான் செய்வார். பாத்திரம் தேய்ப்பது, வீட்டை சுத்தப்படுத்துவது, துடைப்பது, கடைக்குப் போவது, இப்படி எல்லா வேலைகளையும் அவரே தான் செய்வார்.

அன்பான மனைவியுடன், அளவான குடும்பமாய், அழகானப் பிள்ளையுடன் சந்தோஷமாக போய்க் கொண்டிருந்த வாழ்க்கையை வேருடன் வெட்டிச் சாய்த்தான் இறைவன். அந்த வெட்டு என்பது அவருடைய மனைவியின் மரணம். மரணம் என்றால் நோய் நொடியில் விழுந்து நொந்து, நொந்து வந்த மரணமல்ல. அப்படி வந்திருந்தால் கூட மனசு ஆறியிருக்கும். இரவில் படுத்தவள் விடிந்ததும் எழுந்திருக்கவில்லை. தூக்கத்தி லேயே உயிர் பிரிந்தது.

ரிடையர்டாகி இரண்டு மாதத்தில் மனைவியின் மரணம் பெரும் பாதிப்பை ஏற்படுத்தியது.

கையிலிருந்த பொருள் தன்னையறியாமல் தடாலென்று கீழே விழுந்தது போல், தன் கையிலிருந்த மனைவி தடாலென்று மரணத்தில் விழுந்ததை அவரால் தாங்கிக் கொள்ள முடியவில்லை. இதை அவர் கொஞ்சமும் எதிர்பார்க்கவில்லை. எதிர்பாராமல் வந்த மரணத்தில் நிலைகுலைந்து போனார். காரணம் மனைவிதான் அவருடைய திசைகாட்டும் கருவி. மனைவிதான் அவருடைய சுமைதாங்கி. மனைவிதான் அவருடைய டிராபிக் சிக்னல், மனைவி தான் அவருடைய ஸ்பீடு பிரேக்கர் இப்படி எல்லாமே மனைவியாக இருந்தவருக்கு குழந்தை கையில் இருந்த பலூன் குத்தூசி பட்டு உடைந்தது போல், வாழ்க்கை உடைந்ததால் என்ன செய்வதென்று தெரியாமல் நிலை தடுமாறி நின்றார்

அந்த அதிர்ச்சியிலிருந்து அவர் மீண்டு வர அவருக்கு இரண்டு வருடம் பிடித்தது.

ஆயிரம் யோசனைகளுடனும், மனப்பாரத்துடனும் போலீஸ் ஸ்டேஷனிலிருந்து வந்தவர் மெல்ல நடந்தே வீடு வந்து சேர்ந்தார்.

வீட்டிற்குள் வந்தவர் அங்கே மேசையில் இருந்து மகனின் ஃபோட்டோவை எடுத்துப் பார்த்து அதன் மீதிருந்த தூசை துடைத்து, சிறிது நேரம் அதையே ஆழமாகப் பார்த்துவிட்டு வைத்தார்.

மனைவியின் படத்தின் முன் வந்து நின்றார்.

படத்தைப் பார்த்ததும் குபீர் என்று அழுகைப் பொத்துக் கொண்டு வந்தது.

“என்னடி கலா....உம்புள்ள இப்படி பண்ணிட்டான். இது அவனுக்கே நியாயமா இருக்கா..? நீ இருந்தா இதெல்லா நடந் திருக்குமா? இல்ல நீதா நடக்க விட்டிருப்பியா...? என்னால அத ஏத்துக்க முடியலடி. அதனாலதா அப்போஸ் பண்ணே. தப்புதா.... தப்புதா... நான் செஞ்சது தப்புதா. ஒத்த புள்ளையோட ஆசைய நிறைவேத்தாத தோப்பனார் ஒரு தோப்பனாராடி. இந்தப் பாழாப்

போன ஜாதிவெறி நம்மள எப்படியெல்லா ஆட்டிப் படைக்குதடி. எங்க இருந்தாலும் அவனைத் தேடி கண்டுபுடிச்சி என் கைல கொண்டாந்து கொடுத்துடுடி. நான் தனிமரமா நிக்கறேன். நீயோ என்ன மோசம் பண்ணிட்டு போயிட்டே. உன்ன மாதிரியே எனக்கொரு மாட்டுப் பொண்ணு வரணும்னு ஆசப்பட்டனே. அது தப்பா? சரிடி... அதுக்கு நான் மன்னிப்புக் கேட்டுக்கறே... அவனை வரச் சொல்லுடி. புள்ள பசி தாங்க மாட்டான். எங்க போய் என்ன கஷ்டப்படறானோ. ஒரு சின்ன கொசுக்கடிக்கே தாங்க மாட்டான். எந்த கட்டாந் தரையில படுத்து கஷ்டப்படறானோ எம்புள்ள. இந்த மார்கழி மாச குளிர்வேற பாடா படுத்தது. கலா நான் அவன் இஷ்டத்துக்கே ஒத்துக்கறன்டி. அவன் எந்தப் பொண்ணை ஆசைப் பட்டானோ அவளையே கல்யாணம் பண்ணிக்க சம்மதிக் கிறேண்டி. அவனை வரச் சொல்லுடி" என்றழுதார்.

ராமன் காட்டுக்குப் போனதும் தசரதன் அனுபவித்த புத்ர சோகத்தைவிட ஆயிரம் மடங்கு சோகத்தை அனுபவித்தார் அழகுத் திருமேனி.

❖

3

தேவநாதபுரம் - அழகான கிராமம். கிராமத்தை ஒட்டி ஒரு ஆறு. ஆறு என்றால் சிறிய ஆறு அல்ல. பாலாறைப் போல் நீண்ட பெரிய ஆறு. அதன் மீது ஒரு கிலோ மீட்டருக்கு பிரிட்ஜ் போகிற தென்றால் பார்த்துக் கொள்ளுங்கள்.

அந்த ஆற்றில் மீன்பிடி தொழில் நடப்பது வழக்கம். அதை நம்பியே பல குடும்பங்கள் வாழுகின்றன. இவர்கள் எல்லாம் மீனவ சமுதாயத்தைச் சேர்ந்தவர்கள் அல்ல. மீனவ சமுதாயத்தைச் சேராதவர்களே இங்கு அந்தத் தொழிலை செய்து கொண்டிருக்கின்றனர். அது எப்படியென்றால் பல வருடங்களுக்கு முன் ஒரு இனம் இங்கு புலம் பெயர்ந்து வந்தது.

அவர்கள் பிழைக்க அந்தக் காலத்தில் வேறு எந்த வேலையுமில்லை. விவசாயம் மட்டுமே பரவலாக இருந்தது. ஆனால்! வந்தவர்களுக்கோ அந்தத் தொழில் தெரியாது. மெதுவாக ஆற்றங்கரையில் உட்கார்ந்து தூண்டில் போட்டு மீன் பிடிக்க ஆரம்பித்தனர். நண்டு பிடித்தனர். அப்படியே மெதுவாக பரிசல் போட்டு அதில் போய் தூண்டில் போட்டனர். அப்படியே முன்னேறி வலை போட்டனர்.

கரையோரம் குடிசைப் போட்டு தங்க ஆரம்பித்தனர். அது அப்படியே ஒரு குடும்பம், ரெண்டு குடும்பம் என்று ஆரம்பித்து இன்று அது ஒரு குருவிக்காரக் கூட்டம் போலாகி அவர்கள் ஒரு தனி சாம்ராஜ்யத்தை உருவாக்கி விட்டனர். அது இப்பொழுது ஐநூறு குடும்பத்துக்கு மேல் ஆகிவிட்டது. சுமார் ஐம்பது ஆண்டாக இந்த இனம் ஆலமரமாக வளர்ந்து விட்டது.

பிழைக்க வந்த நாடோடிக் கூட்டம் குச்சி ஊன்றி, கொட்டகைப் போட்டு, குடும்பம் நடத்த ஆரம்பித்து ஆகிவிட்டது அரை நூற்றாண்டு காலம் அப்படியே வந்தவர்களில் ஒருவர் தான் திருக்கசாமி. வாலிபனாக வந்தவன் இன்று குடும்பஸ்தனாகி ஆறு பிள்ளைகளுக்கு தகப்பனாகி விட்டான். பிழைப்பு எல்லாம் இந்த ஆற்றை நம்பிதான். இந்த ஆறுதான் ஆறு பிள்ளைகளையும் வளர்த்து ஆளாக்கியது.

திருக்கைக்கு வயசு அறுபது ஆவுது. கடுமையான உழைப்பாளி. குடும்பம் குடும்பத்தைத் தவிர வேற எதுவும் தெரியாது.

உழைப்புக்கு ஏத்த வருமானம் பெருசா இல்லன்னாலும், ஏதோ அப்படி இப்படின்னு வாழ்க்கை வண்டியை, நொண்டிக் குதிரை என்றில்லாமல் ஓட்டிக் கொண்டு போகிறார். அதுதான் அவரது திறமை.

கஷ்ட ஜீவனம் தான். காரணம் கட்டுக்கடங்கா குடும்பம். கோபுரம் பெரியதென்றால் புறாக்களின் கூட்டம் சிறியதாகத் தானே தெரியும். அப்படித்தான் திருக்கையின் குடும்பமும், வருமானமும். குடும்பம் பெரியதாகி விட்டால் எவ்வளவு சம்பாதித்தாலும் அது சிறியதாகத் தானே இருக்கும். என்ன செய்வது அகப்பையில் அரிசி நிறைவாக இருக்கும் போது பானையில் சோறு குறைவில்லாமல் இருக்கும். அகப்பைக்கும் அரிசிக்கும் விரோதம் வரும் போது, கடன் வாங்கி நிலைமையைச் சமாளிப்பது சகஜம் தானே. சம்பாதிப்பது கடனுக்கும், கட்டிய வட்டிக்கும் போனால் கைக்கும், வாய்க்கும் தானே சரியாக இருக்கும். என்ன செய்வது திருக்கை வண்டியும் இப்படித்தான் பள்ளத்தையும், மேட்டையும் பார்த்து பக்குவமாய் போய்க் கொண்டிருக்கின்றது.

❖

4

உச்சிவெயில் தீக்குச்சி போல் சுடுகிறது சூரியன். மேல் துண்டை எடுத்து தண்ணீரில் நனைத்து அப்படியே அதை தலையில் போட்டுக் கொண்டு, போட்ட வலை மீது கண்களைக் கல்லாக வைத்திருந்தார் திருக்கசாமி. வழக்கத்திற்கு மாறாக இன்று காலதாமதமாக வந்தார். சுமார் ஐந்து மணி நேரமாக நீரிலேயே நிற்கிறது கட்டுமரம். ஏனோ இன்று வலைக்கு மீன்கள் எட்டவில்லை. எங்கெங்கு மீன்கள் அதிகமாக இருக்கும் என்ற நாடிக் கணக்கெல்லாம் திருக்கச்சாமிக்கு அத்துப்படியாக இருந்தாலும், இன்று ஏனோ அவர் ஜாதகம் சரியில்லை. அவ்வளவாக மீன்கள் விழவில்லை.

நேரம் பன்னிரண்டைத் தொடுவதால் இதற்கு மேல் மீன்கள் விழாது என்று கட்டுமரத்தை கரைக்குத் திருப்பினார் திருக்க. காரணம் ஆற்றின் மேல் தண்ணீர் சூடாகினால், சூட்டிற்கு மீன்கள் மேலே வராது. அதனால் தான் கட்டுமரத்தைக் கரைக்குத் தள்ளினார்.

கட்டுமரம் கரை ஒதுங்கியது. அத்துடன் இன்னும் சில கட்டு மரங் களும் கரைக்கு திரும்பிக் கொண்டிருந்தன. தன் கட்டுமரத்தைக் குச்சியில் கட்டிவிட்டு கூடையை இறக்கினார் திருக்கச்சாமி.

எட்டிப் பார்க்குமளவில் பாதாளத்தில் இருந்தது சரக்கு. "என்ன விலைக்குப் போகுமோ. நாதாரிங்க என்ன ரேட்டுக்கு கேப்பான் களோ" என்ற கவலையுடன் கூடையைத் தூக்கிக் கொண்டு வந்து கரை மீது வைத்துவிட்டு, தலையில் கட்டியிருந்த துண்டை அவிழ்த்து முகத்தில் வழிந்துக் கொண்டிருந்த வேர்வையைத் துடைத்துவிட்டு, பீடி ஒன்றைப் பற்ற வைத்தார்.

அமாவச சோத்துக்கு பறந்து வர காக்கா மாதிரி வந்தான் ஏஜென்ட் கொண்டசாமி.

வந்தவன் திருக்கையின் சரக்கைப் பார்த்து விட்டு, "இன்னா திருக்க... குழந்த் ஒன்னுக்கு போன மாதிரி கொண்டாந்திருக்கே" என்றான்.

"டேய்... நானே வயத்தெரிச்சல இருக்கேன் இதுல நக்கல் வேறயா உனக்கு? என்ன தேறுமோ அத குடுடா" என்று கூற.

"என்னத்த குடுக்க. ஒரு முன்னூறு தரலாம். அவ்வளவுதான்... எல்லாம் பொடுசா வேற இருக்கு"

"என்னது முன்னூறா? நீ சரிபட்டு வர மாட்டே நான் அந்த ஆறு விரல்காரன் கிட்டயே கொடுத்துக்கறேன். அவன்தான எனக்கு சரியா வருவான். ஏன்னா... அவன் ஆதி ஆளு. நீயெல்லாம் இப்ப மொளச்ச காளான் ஒதுங்கு" என்று அவனைத் தள்ள "அட இன்னாத்துக்கு இப்படி கோவப்படறே? இந்த வயசுல கோவப்பட்டா உடம்புக்கு ஆவுமா?"

"ஆவும்... ஆவும்.. நீ குடுக்கிற கட்டரேட்டுக்கு எல்லா ஆவும். தொழில்னா ஒரு நேர்மை நியாயம் வேணும்டா. அஞ்சு மணி நேரம் நின்னமேனிக்கு வலை போட்டு நின்னு புடிச்சா உன் எடை கல்லுக்கு படிய மாட்டேங்குது. முன்னூறு, இருநூறுன்னு பேரம் பேசுனா பொண்டாட்டி, புள்ளைங்களை எப்படிடா காப்பாத் தறது? ஒரு நாள் நீ என் கூட வந்து எங்கூட கட்டுமரத்துல கால்கடுக்க நின்னு பாரு அப்ப புரியும் எங்க கஷ்டம் என்னன்னு அதுக்கப்புறம் பேசமாட்ட இந்தப் பேரத்த."

"அடவுடு சாமி இந்தா மேல ஒரு நூறு தர்றே.. கூடைய வச்சுட்டு போ."

“டேய்... கொண்ட நீ சரிபட்டு வரமாட்டேன்னு இப்பதான சொன்னே. போடா போயி அந்தா வருது பாரு கட்டுமரங்க. அவங்ககிட்ட வாங்கிக்க...” என்று கூற,

“சரி நீ ஃபைனலா இன்னாத்தா சொல்றே?”

“டேய் கயிதே. கடைசியா சொல்றே அரை ஆயிரம் இருந்தா பேசு. இல்லன்னா எடத்த காலி பண்ணு..”

“ஐநூறா கேக்கறே?”

“ஏன் கேக்கக் கூடாதா?”

“கிட்டாதே”

“அப்ப எனக்கு மட்டும் கிட்டுமா? டேய் மூதேவி. நீயும் சம்பாதிக் கணும் நானும் சாப்புடணும். இந்தத் தொழில்ல நாம ரெண்டு பேரும் புருஷன் பொஞ்சாதி மாதிரி அட்ஜஸ்ட் பண்ணிக்கிட்டு போனாதா ரெண்டு பேர் பொழப்பும் ஓடும். இல்லன்னா நாறும் புரியுதா?”

“புரியுது... புரியுது... ஒரு நூறு மேல வாங்கறதுக்கு, இன்னா கதை யெல்லா சொல்ற பாரு. இந்தா.. ஐநூறு” என்று கொடுத்துவிட்டு, திரும்பி அங்கே நின்றிருக்கும் தன் வேலையாளைப் பார்த்து “டேய் ஜோட்தல.. வாடா இங்க” என்றழைத்தான்.

அவன் வந்து நின்றான்.

“தூக்குடா இதய...நடடா மார்க்கெட்டுக்கு” என்று கூற,

ஜோட்தல கூடையைத் தூக்கி தலையில் வைத்துக் கொண்டு நடக்க, அவனைத் தொடர்ந்து கொண்ட சாமியும் போக, இருவரையும் தொடர்ந்து ரோட்டை எண்ணியபடி திருக்கச்சாமியும் போனார்.

❖

5

கள்ளுக்கடை என்றால் அது என்னமோ டாஸ்மாக் கடை போல் அல்ல. ஒரு சிறிய குடிசை இரண்டு சிறிய பேரல்கள் நான்கைந்து சிறிய மண் பானைகள் ஒரு சிறிய சால்னா கடை அந்த குடிசையின் முன் ஒரு தோப்பு.

கடைக்கு வருபவர்கள் கள்ளை வாங்கிக் கொண்டு அவர்களுக்கு எங்கு விருப்பமோ, அங்கு போய் உட்கார்ந்து கொள்ளலாம்.

கடையில் ஆங்காங்கே சிலர் தனியாகவும், கூட்டமாகவும் உட்கார்ந்து குடித்துக் கொண்டிருந்தனர்.

திருக்கசாமி அங்கு வந்தார்.

ஒரு மொந்த கள்ளை வாங்கிக் கொண்டார். அது வழக்கமாக வாங்கும் அளவுதான். சைடிஷ்ஷாக ஒரு வறுத்த மத்தி மீன் வாங்கிக் கொண்டு, தனியாக ஒரு இடம் தேடி வந்து உட்கார்ந்தார்.

குடிப்பதற்கு முன் பீடி ஒன்றைப் பற்ற வைத்துக் கொண்டு, கள்ளைக் குடிக்க ஆரம்பித்தார். அது ஒன்றுதான் அவர் அடையும் ஆனந்தம். மற்றவர்களைப் போல மொடக்... மொடக் கென்று மூச்சு கட்டி

குடிக்க மாட்டார். ஆர அமர கொஞ்சம் கொஞ்சமாகக் குடிப்பார். உடல் வலித்தாலும், உள்ளம் வலித்தாலும் குடிப்பார். அதே நேரத்தில் குடித்தேதான் ஆக வேண்டும் என்ற கட்டாயத்திலும், குடியில்லாமல் இருக்க முடியாது என்ற நிலையிலும் இருக்கும் குடிகாரர் அல்ல. குடிக்கலாம் என்று நினைத்தால் குடிப்பார், வேண்டாமென்றால் இந்தப் பக்கமே வரமாட்டார்.

அவருக்கு மூன்று மகன்கள் இருந்தும், யாருமே இந்த மீன்பிடி தொழிலுக்கு வரல. மூத்தவன் எங்கேயா குடோனில் லோடிங், அன்லோடிங் வேலை பாக்கறான். அடுத்தவன் நேஷ்னல் பர்மிட் லாரியில் கிளினராக இருக்கிறான். வருஷத்தில் முக்கால்வாசி நாட்கள் வெளியூரில் தான் இருப்பான். மூன்றாவது மகனும், மூன்றாவது மகளும் படிக்கிறார்கள். இருவரும் படிப்பில் கெட்டிக் காரர்கள். வறுமைத் தாண்டவமாடும் வீட்டில் சரஸ்வதி சம்மணக் கால் போட்டு உட்கார்ந்தாலும், அவர்களை நல்ல முறையில் படிக்க வைக்கத்தான் வசதியில்லை.

இந்தக் கஷ்ட ஜீவனத்திலும் எப்படியோ கஷ்டப்பட்டு மூன்று பிள்ளைகளை கரையேத்தி விட்டார். இருந்தும் வீட்டிற்குள் ஆயிரம் பிரச்சனைகள் பின்னிக் கொண்டு தானிருக்கின்றன. என்ன செய்வது வீட்டுக்கு வீடு வாசப்படியாக இருந்தாலும், இந்த வீடு ஒவ்வொரு வாசப்படிக்கு ஒவ்வொரு பிரச்சனை இருக்கு. அதையெல்லாம் இந்த ஜென்மத்துல சமாளிக்க முடியுமான்னு தெரில. எல்லாம் பொருளா தாரத்தைச் சார்ந்தே இருக்கும் பிரச்சனைகள்.

கட்டிய மனைவி அவளுக்கு மூட்டுவலி பிரச்சனை. நடக்க முடியாமல் அவதிபடுகிறாள். ஐம்பது வயதிலேயே கட்டையை ஊனி நடக்க வேண்டிய நிலைமை. அவளுக்கொரு ஆபரேஷன் செய்யலாமென்றால் முடியவில்லை.

முதல் பெண்ணை சொந்த மச்சானுக்கே கொடுத்தார். நல்லவன்தான் நல்லபடியாகத்தான் மகளைப் பார்த்துக் கொள்கிறான். இவரைப் போலவே அவனுக்கு நான்கு பிள்ளைகள். அவன் குடும்பமும் பெரியதாகி விட்டது. ஆட்டோ ஓட்டுகிறான். வாடகை ஆட்டோ ஓட்டுவதில் என்ன வந்துவிடும். வருவது கைக்கும், வாய்க்குமே

சரியாக இருக்கின்றது. இதில் நான்கு பிள்ளைகளைப் படிக்க வைக்க வேண்டுமென்றால் பட்ஜெட் கிழியத்தானே செய்யும். பற்றாக் குறைக்கு மாமனார் வீட்டுப் பக்கம் ஒதுங்கினால் அங்கு ஏற்கனவே அடிரசத்தைப் பிழிந்து சாப்பிட்டுக் கொண்டிருக்கின்றனர்.

தன் குடும்பத்தைப் பார்ப்பதற்கே திருக்கைக்கு இமயமலை பாரம் இடுப்பில் ஏறி உட்கார்ந்திருக்க இதில் மகளின் பொருளாதார பிரச்சனையையும் சேர்த்து பார்க்க வேண்டுமென்றால் அவரால் முடியுமா?

அடுத்து இரண்டாவது மகள். அவளுடைய செல்ல மகள் என்றே சொல்ல வேண்டும். ஏனோ தெரியவில்லை ஆறு பிள்ளைகளில் அந்தப் பிள்ளை மீது மட்டும் திருக்கைக்கு ஒரு தனி பாசம். அது சிறு வயது முதலே இருக்கிறது. அதற்கேற்றாற்போல் அந்தப் பிள்ளையும் அப்படித்தான். அப்பா என்றால் உயிர். அவர் மீது மட்டும் தனிப் பிரியம். அவரைக் கவனித்துக் கொள்வதெல்லாம் அவள்தான். ஒரு குழந்தையைப் பார்ப்பது போல் தந்தையைப் பார்த்துக் கொள்வாள். எந்த இடத்திலும் தன் தந்தையை மட்டும் விட்டுக் கொடுக்க மாட்டாள். அப்பா என்றால் அவர் ஆண்டவனுக்குச் சமம் என்பாள். அதனால்தான் அவள் கவலை அவருக்குப் பெரியதாகி விட்டது. கல்யாண வயதைத் தொட்டு பல ஆண்டுகள் இருந்தாலும், இன்னும் அவளுக்கு ஒரு சம்மந்தம் அமையாதது தான் அவருடைய பெருங்கவலை. மகளை நினைத்துக் கொண்டால் கவலையில் கால்கள் கள்ளுக்கடைப் பக்கம் கண்டிப்பாக நடந்து விடும்.

அவளை நினைத்து அழுதபடி கள்ளைக் குடித்துக் கொண்டிருந்தார் திருக்கசாமி.

அப்போது அவர் வயது ஒத்த அவருடைய நண்பரான வெட்டுக்கிளி அங்கு வந்தார். அவர் பெயர் ஆறுமுகம். ஆனால்! எல்லோரும் அவரை வெட்டுக்கிளி என்றுதான் அழைப்பார்கள். அதற்கு என்ன காரணம் என்று இதுவரை யாருக்கும் தெரியாது.

"இன்னாடா திருக்க....தனியா உக்காந்திருக்கே? ஊட்ல தங்கச்சி புள்ளைங்கயெல்லா எப்படியிருக்காங்க?" என்று கேட்டார்.

“நல்லா இருக்காங்கடா... வா... உக்காரு” என்று சலிப்புடன் கூற.

“இன்னா சங்கதி? ஏன் கண்ணு கலங்கிட்டிருக்கே?” என்றவர் கேட்க,

“என்னத்தடா சொல்றது, எம் பொண்ணை நினைச்சுக்கிட்டே, கஷ்டம் தாங்கல தானா தண்ணி வருது”

“ஏன்டா திருக்க. நான் தெரியாமத்த கேக்கறே? உம் பொண்ணுக்கு கல்யாணமே ஆவாதுன்னு யாராவது சத்தியம் பண்ணிச் சொன்னாங்களா?” என்றவர் கேட்க,

திருக்கை அவரைப் பார்த்தார்.

“இல்ல நான் தெரியாமத்தான் கேக்கறே... அப்படி யாராவது சொன்னாங்களா சொல்லு? டேய் கல்யாணங்கிறதெல்லா நம்ம கைலயில்ல. எல்லா அவங் கைல இருக்கு. அது... அதுக்குன்னு நேரம் வரும் போது, அது தானா நடக்கும் நீ எதப் பத்தியும் கவலப்படாதே. எல்லாத்துக்கும் நேரம்னு ஒன்னு இருக்கு. அது வந்துடுச்சுன்னா எந்த கொம்பன் வந்து தடுத்தாலும் நிக்காது. எம் பொண்ணுக்கு மட்டும் என்ன வயசுக்கு வந்த உடனேயா கல்யாணம் ஆச்சு. பத்து வருஷமாச்சு. அதால நான் சொல்றது இன்னான்னா, நீ எதுக்கும் கவலபடாதே, எல்லா தானா அமையும். என்ன நேரம் அமையல. தள்ளிப் போவுது அவ்வளவுதா. ஆனா! அமையாம மட்டும் இருக்காது. முடிச்சிட்டியா...?”

“ஆச்சுடா....”

“போதுமா... கொஞ்ச வாங்கியார்டார்?”

“அய்யய்யோ... வேணான்டா இதுவே கரெக்டா இருக்கு. இதுக்கு மேலே போட்டா ஊடுபோய் சேர முடியாது. ரோடு ஊடாயிடும்; ஊடு ரோடாயிடும். வா போலாம்” என்று எழுந்தார்.

பீடி ஒன்றைப் பற்ற வைத்துக் கொண்டு, வெட்டுக்கிளிக்கும் பீடி ஒன்றைக் கொடுக்க, நண்பர்கள் இருவரும் அளவான போதையில், பீடியை இழுத்துவிட்டபடி, கள்ளுக்கடையிலிருந்து வெளியே வந்தனர்.

❖

6

கள்ளுக்கடையிலிருந்து புறப்பட்ட திருக்கசாமி வீட்டிற்கு வர... வர.. போதை சர்ரென்று சுத்தி அடித்தது. இருந்தாலும் அப்படி மெல்ல வீடு வந்து சேர்ந்து விட்டார்.

அவரைப் பார்த்த மனைவி பத்ரகாளியானாள். “இன்னைக்கும் போட்டு வந்துட்டியா? இன்னா மனுஷன்யா நீ? இப்படி குடியே கதின்னு இருக்கிற உனக்கெல்லா எதுக்கு குடும்பம்? இந்த மானங் கெட்ட பொழப்பு பொழைக்கறதுக்கு நாண்டுகிட்டு சாகலாம். ஊட்ல ரெண்டு பொட்ட புள்ளைங்க வயசுக்கு வந்து கிடக்குதுங்க, அதுங்களுக்கு ஒரு வழி பண்ணா இப்படி சம்பாதிக்கிறதுல பாதிய கள்ளுக்கடையில மொழி எழுதிட்டு வந்தா எப்படியா குடும்பம் நடத்தறது? எனக்கு இந்தக் கால் சரியா இருந்தா யார் தயவையும் எதிர்பாக்காமாட்டேன். கட்ட வண்டி இழுத்தாவது குடும்பத்த காப்பாத்திடுவேன். பாழாப்போன கடவுளு கட்டைய எடுத்து கால்ல அடிச்சி உடைச்ச மாதிரி என்னை ஒரே எடத்துல உக்கார வச்சுட்டா, என்ன பண்றது. நான் எந்த ஜென்மத்துல பண்ண

பாவமோ இந்த ஜென்மத்துல உன்னை கட்டிக்கிட்டு நாயா அவஸ்தபடறேன்" என்று புலம்பினாள்.

"அம்மா... போதும்மா... போ. கஷ்டப்படற மனுஷன் ஏதோ இஷ்டப்பட்டு கொஞ்சம் சாப்ட்டு வந்தா அதுக்காக ஒரு பாட்டே பாடிக்கிட்டிருக்கே" என்று அவருடைய அருமை மகள் அவருக்காக சப்போர்ட்டுக்கு வந்தாள்.

"அடியே மூதேவி! இவ்வளவு மூச்சுக்கட்டி பேசறதே உனக்காகத் தானடி. அது தெரியாம அந்த மனுஷனுக்கு சப்போர்ட் பண்ணிக் கிட்டு வர்றே" என்று தாய் கோபப்பட்டாள்.

"இந்தா பாரும்மா.... உனக்கு எத்தனையோ தடவ சொல்லிட்டே உழைச்சுட்டு வர்ற மனுஷனை கண்ட மேனிக்கு பேசாதேன்னு"

"ஏண்டி... உழைச்சுட்டு நேரா ஊட்டுக்கு வந்தா நான் ஏண்டி கத்தப்போறே..."

"அவர் சம்பாதிக்கிறாரு.. அவர் குடிக்கிறாரு.. உங்கப்பன் வூட்டு காசுலயா குடிக்கிறாரு. கட்டு மரத்துல நீ போய் கால்கடுக்க நின்று பாரு உடம்பு எவ்வளவு வலிக்குதுன்னு தெரியும். ஏதோ வலிய மறக்க கொஞ்ச சாப்ட்டு வர்றாரு. இதுல என்ன தப்பு இருக்கு. உன்ன உட்டு இன்னொரு ஊடு வச்சுக்கிட்டு, அங்கு ஒரு நால பெத்து போட்டா வச்சிருக்காரு? பொம்பளைங்க அதிகாரம் ஆம்பளைங்க கிட்ட அளவோட இருக்கணும். கை மீறுச்சுன்னா கஷ்டமும், நஷ்டமும் நமக்குதா. வா இப்படி மனுஷன் ஊட்டுக்கு வந்தா போதும். சவுக்குல அடிக்காத குறையா வாயில அடிக்கறே" என்று கூறியபடி தட்டுல சோத்தைப் போட்டு, குழம்ப ஊத்தி கருவாடு துண்டு ஒன்றையும்வைத்து "அப்பா வா.. சாப்ட்டு படு" என்றவரை கைத்தாங்கலாக அழைத்து வந்து உக்கார வைத்து, சாப்பாடு வைக்கிறாள்.

"உங்க கஷ்டந்தாம்மா என்னைய குடிக்க வக்குது நான் என்ன பண்றது? உடலன்னா உட முடியல நான் உங்களுக்கு ரொம்ப கஷ்டங்குடுக்கறனே் தாயி அது எனக்கே நல்லா தெரியுது" என்று கூற,

“அப்பா அதெல்லா எதுக்க இப்ப... பேசாம சாப்புடு, இந்தா உனக்கு புடிச்ச வால கருவாடு” என்று கூற,

“அப்பன் குடிச்சுட்டு வருவான்னே நாக்குக்கு ஒரப்பா கருவாடு, நெத்திலி, மீன் வறுத்து வை. அப்பதான் இன்னுங் கொஞ்சம் குடிச்சிட்டு வந்து கோலம் போடுவான். நல்ல பொண்ணை பெத்தாம் பாரு. அப்பனை ஏதாவது சொன்னா இதுக்கு பொத்துக்குது. அந்தாளை ஏதாவது தட்டிக் கேக்குதா பாரு. நான் ஏதாவது கேட்டா மட்டும் என்னைய வந்து திட்டம் பண்ணுது.”

“சரி.... சரி... மூடு போதும் பாடிட்டயில்ல.. கொஞ்ச நேரம் வெளிய போய் உக்காரு” என்று மகள் கூற,

“போறம்மா. பொங்கி வச்சத மொத்தம் உங்கப்பனுக்கு கொட்டிடாம,' எனக்கும் கொஞ்சம் எடுத்து வை. ரொம்பதால பாசம் கட்டிக்கிட்டு ஆடுது” என்றவள் கூற,

திருக்கசாமி சாப்பிட்டு போய் படுத்தார்.

அப்பொழுது ஒருவன் வந்தான்,

வாசலில் நின்றபடி “யோவ் திருக்க” என்று பலமாகவும், கோபமாகவும் கத்தினான்.

உள்ளேயிருந்து மகள் வெளியே வந்தாள்.

“ஓ... நீங்களா? அப்பாக்கு ஜுரம் அடிக்குது. தூங்கறாரு, ஒரு ரெண்டு நாள் கழிச்சி வாங்க. நான் காசு வாங்கி வக்கறே”என்று கூற,

“நல்லா வாங்கி வப்பே. குடிச்சிட்டு வந்து படுத்திருக்கிறவனுக்கு ஜுரத்த வரவச்ச மாதிரி, ஏம்மா என்னை ஏமாத்தறே? இது உனக்கே நல்லா இருக்கா? நல்லாதானே சம்பாதிக்கிறான் அந்தாளு என்கிட்ட வாங்கன கடன குடுத்தாதா என்ன கேடு அவனுக்கு. கஷ்ட காலத்துக்கு கடன் வாங்க மட்டும் என் கால்ல உழுந்து கும்புடு போடு வாங்கறான்க. தெ.... பசங்க. வட்டியும் தரமாட்டேங்கறான்க, அசலையும் தர மாட்டேங்கறான்க. இந்தா பார் பொண்ணு, இத்தா நான் வர்றது கடைசி. ரெண்டு நாள் கழிச்சி வருவேன். உங்கப்பன் மட்டும் காசு தரலே மகளே ஊட்ட

கொளுத்திப் போட்டு போயிடுவே. எம் பணம் வரலன்னாலும் பரவாயில்ல உன் வூடு எரிஞ்சி சாம்பலாப் போறத நான் என் கண்ணால பாத்து சந்தோஷப்பட்டு போவே'' என்று அவன் கோபமாகக் கூற,

மகள் பரிதாபமாகப் பார்த்தாள்.

“நான் சொன்னத செய்ய மாட்டேன்னு மட்டும் நெனக்காத, செஞ்சி காட்டிட்டுப் போயிடுவே. வர்றே'' என்று வந்தவன் கண்ட மேனிக்குப் பேசிவிட்டுப் போனான்.

அவன் போனதும் மகளிடம் வந்த தாய் “போதுமாடி... போதுமா உனக்கு இப்ப? அவன் என்ன பேச்சு பேசிட்டுப் போறாம் பாரு. சொன்னவன் வீம்புக்குன்னா செய்ய மாட்டான்னு என்ன நிச்சயம்? அவன் செய்யணும் நாம எல்லா ஊடுவாசல் இல்லாம நடுத்தெருவுல நிக்கணும். அப்பகூட இந்த குடிகார நாய்ங்க திருந்தாதுங்க'' என்றாள்.

தாய் பேசுவதைக் கேட்டபடி பதில் ஏதும் சொல்லாமல் உறங்கிக் கொண்டிருந்த தகப்பனின் கால்களைப் பிடித்து விட்டுக் கொண்டிருந்தாள் மகள்.

மகளின் செயலைப் பார்த்த தாய் கோவத்தில் அங்கிருந்த தட்டைத் தூக்கி அடித்தாள்.

தாயின் உண்மையான கஷ்டம் அவளுக்குப் புரிந்தாலும், தந்தையை மட்டும் அவளால் விட்டுக் கொடுக்க முடியவில்லை காரணம் அவ்வளவு பாசம் அப்பா மீது அவளுக்கு.

தந்தையைத் தட்டிக் கேட்க மனமில்லாமல் தாய்க்கும் பதில் சொல்ல முடியாமல், இருவரிடையில் தவிக்கும் அந்த தவிப்பு இருக்கே. அதன் வலியை யாராலும் உணர முடியாது.

❖

7

ஞானமணியும், தவசிராமனும் ஓரிடத்தில் சந்தித்தனர். இருவரும் திருமுருகனின் நெருங்கிய நண்பர்கள்.

“டேய் தவசி... என்னடா இவன் இப்படி பண்ணிட்டான்?”

“யாரு?”

“நம்ம திருமுருகன்தா”

“என்ன பண்ணிட்டான்?”

“வீட்டை விட்டு வெளிய போயிட்டானாம்”

“எதுக்கு?”

“அத அவங்கிட்டதா கேக்கணும்”

“இத யார் சொன்னா உனக்கு?”

“வேற யாரு... அவனோ அப்பாதா”

“வீட்ட விட்டு வெளிய போயிட்டான்னு சொன்னவரு. எதுக்குப் போயிட்டான்னு சொல்லலியா?”

“இல்லியே!”

“நீ கேக்கலியா?”

“கேட்டதுக்கு ஏதோ மழுப்பலா சொன்னாரு”

‘‘சரிவுடு. அது அவங்க குடும்ப விஷயம். நாம எதுக்கு அதுல தலையிட்டுக்கிட்டு’’

“என்னடா அப்படி சொல்லிட்டே... ஆயிரம் இருந்தாலும் அவன் நம்ம பிரண்டுடா.. அதுயில்லாம அவருக்கு அவனை விட்டா வேற யாருமில்ல. புள்ள இல்லாம இருக்கிற கஷ்டத்த நாம புரிஞ்சுக் கலன்னா எப்படி?”

“சரி... இப்ப என்ன பண்ணணுங்கிறே?”

‘‘என்ன ஏதுன்னு தெரிஞ்சுக்காம இருந்தா எப்படிடா?’’ என்று ஞானம் கேட்க,

“அப்படீங்கறியா? சரி வா... என்ன ஏதுன்னு விசாரிப்போம்” என்று தவசி கூற, இருவரும் திருமுருகன் வீட்டிற்குப் புறப்பட்டனர்.

சுவரில் மாட்டியிருந்த சிறு வயது திருமுருகன் படத்தைப் பார்த்தபடி சோகமாக உட்கார்ந்திருந்தார் திருமேனி.

“அங்கிள்..” என்ற அழைப்பைக் கேட்டு, “யாரு?”

அங்கே வாசலில் ஞானமும், தவசியும் இருப்பதைப் பார்த்து “வாங்கப்பா... ஏன் வெளியவே நின்னுக்கிட்டிருக்கீங்க, வாங்க உள்ள” என்று உள்ளே போக, இருவரும் அவர் பின்னாடியே வந்து நின்றனர்.

“அங்கிள் அவன் ஃபோன் ஏதாவது பண்ணானா? எங்க இருக்கான்னு ஏதாவது சொன்னானா?” என்று ஞானம் கேட்க.

‘‘எதுவும் இல்லியேப்பா. எங்க இருக்கான் என்ன பண்றான்னு தெரியலையேப்பா’’ என்று அழ ஆரம்பித்து விட்டார்.

“அய்யோ அங்கிள்... அழாதீங்க. வந்துடுவான். ஏதோ உங்க மேல கொஞ்சம் கோவம் அவ்வளவுதா எங்க போயிடப் போறான்” என்று சமாதானப்படுத்தினான் ஞானம்.

"அந்த நம்பிக்கையிலதாம்பா நானும் இருந்தேன் ஆனா! நாள் ஆவ... ஆவ... நம்பிக்கை போயிடுதுபா" என்று கண்ணீர் விட்டார்.

"அங்கிள் அழாதீங்க அங்கிள் வந்துடுவான் தைரியமா இருங்க" என்று தவசியும் ஆறுதல்படுத்தினான்.

"போயிடுச்சுப்பா... தைரியம் மொத்தம் போயிடுச்சு. நடைபிணமா வாழறேன்" என்று துண்டால் முகத்தைத் துடைத்தபடி... "நாங்க கல்யாணம் பண்ணி பத்து வருஷமா எங்களுக்கு குழந்தைங்க இல்ல. கோவில்... கோவிலா ஏறி, தவமாய் தவமிருந்து, மண்சோறு சாப்பிட்டு, மடிப்பிச்சை ஏந்தி பெத்த புள்ள அவன். அவனுடைய அம்மா ஒரு முருக பக்தை. முருகனைத் தவிர வேற யாரையும் கும்பிட மாட்டாள். அதனாலயே புள்ளைக்கு திருமுருகன்னு பேர் வச்சா. ஒரே புள்ளையானதால எங்க ரெண்டு பேர் உசுரையும் அவம் மேலயே வச்சிருந்தோம். அவன் அம்மாக்கு புள்ளன்னா உசுரு. அவனைத் தவிர வேற உலகமே அவளுக்குத் தெரியாது. அவனுக்கு உலகம் தெரியும் போது அவ இந்த உலகத்தவுட்டேப் போயிட்டா. அவ போனதுக்கப்புறம் இவன்தா உலகம்னு வாழ்ந்துக்கிட்டு வந்தே. இவனைத் தவிர எனக்கு வேற யாருமில்ல. இப்ப இவனும் இந்த மாதிரி பண்ணிட்டுப் போயிட்டானே. நான் என்னப்பா பண்றது? அனாதையா வாழறேன். அவனில்லாம என்னால ஒரு நிமிஷம் கூட இருக்க முடியலப்பா" என்றார்.

"அங்கிள் அவன் போவும் போது ஏதாவது லெட்டர் கிட்டர் எழுதி வச்சுட்டுப் போனானா?"

"ஆமாம்பா... ஒரு துண்டு பேப்பர்ல எழுதி வச்சுட்டுப் போனான். இருங்க வர்றன்னு" அறைக்குள் போயி அந்தத் துண்டு பேப்பரைக் கொண்டு வந்து கொடுத்தார். அதில் "என்னைத் தேட வேண்டாம். நானே வருகிறேன்" என்று மட்டுமே இருந்தது.

அதைப் பார்த்த இருவரும் ஒருவரையொருவர் பார்த்துக் கொண்டனர்.

"அங்கிள்.. நாங்க கேக்கறமேன்னு தப்பா நெனக்காதீங்க. அவன் உங்கள விட்டு போறதுக்கு முன்னாடி உங்க ரெண்டு பேருக்குள்ள ஏதாவது சண்டை வந்துச்சா? பெருசா ஏதாவது ஆர்கியூமெண்ட் வந்துச்சா?" என்று தவசி கேட்டான்.

அவர் அமைதியாக இருந்தார்.

“அப்படி ஏதாவதிருந்தா சொல்லுங்க அங்கிள்”

“அதெல்லா ஒன்னுமில்லப்பா” என்றவர் கூறியதும் ஏதோ ஒன்றை அவர் மறைக்கிறார் என்று மட்டும் தெளிவாகத் தெரிந்தது ஞானத் திற்கு. விடாமல் லேசாக கொஞ்சம் கிண்ட ஆரம்பித்தான்.

“இங்க பாருங்க அங்கிள் திருமுருகன் மட்டுமல்ல நாங்க கூட உங்க புள்ளைங்க மாதிரிதா தயவு செஞ்சு எதையும் எங்கிட்ட மறைக்காம, என்ன நடந்துச்சோ, அத அப்படியே ஒளிவு மறைவில்லாம சொல் லுங்க. அப்பதா அவனைத் தேடி கண்டுபுடிக்கிறதுக்கு எங்களுக்கும் கொஞ்சம் ஹெல்பா இருக்கும்”னு ஞானம் சொல்ல.

“ஆமா அங்கிள், ஞானம் சொல்றதுதா கரெக்ட் என்ன நடந்துச்சோ அத எதையும் மறைக்காம சொல்லுங்க. அவன் கோவிச்சுட்டுப் போற அளவுக்கு ஏதாவது தப்பா பேசிட்டீங்களா?” என்று தவசியும் கேட்டான்.

“அப்படியெல்லா எதுவும் நான் பேசலப்பா. இதுவரைக்கும் நான் அவனை ஒரு வார்த்த திட்னதுகூட இல்லப்பா. அவனுக்கு சம்மந்தம் ஒன்னு வந்துச்சு. அத பத்தி அவங்கிட்ட பேசனப்போ, அவன் ஏதோ ஒரு பொண்ணை லவ் பண்றதா சொன்னான். என்ன ஏதுன்னு விசாரிச்சா, அந்தப் பொண்ணு வேற ஜாதிப் பொண்ணுன்னு தெரிஞ்சிது. வேற ஜாதிப் பொண்ணாயிருந்தாலும் பரவா யில்லைன்னு பாத்தா, அது கீழ் ஜாதிப் பொண்ணு. அத மட்டும் என்னால ஏத்துக்க முடியலப்பா. எப்படி ஏத்துக்க முடியும். நீயே சொல்லு” என்றவர் கூற,

“அப்படியா? அவன் என்ன கேட்டான்? அதுக்கு நீங்க என்ன சொன்னீங்க” என்று தவசி கேட்க,

“இந்தப் பிரச்சனை வந்தப்போ, நீ யார வேணா கல்யாணம் பண்ணிக்கோ, நான் எதுவும் சொல்லலே. ஆனா! அந்த பொண்ணு மட்டும் வேணாம்பா அவ கீழ் ஜாதிப் பொண்ணு. எந்தக் காலத் துலயும் என்னால அவளை எம் மருமகளா ஏத்துக்க முடியாதுன்னு கறாரா சொன்னேன். அவ்வளவுதான்” என்றார்.

“அதுக்கு அவன் என்ன சொன்னா அங்கிள்?”

அவர் கொஞ்சம் அமைதி காக்க, "சொல்லுங்க அங்கிள். அதுக்கு அவன் என்ன சொன்னான்?" என்று அழுத்தமாகக் கேட்க,

"அவளைத் தவிர வேற யாரையும் கல்யாணம் பண்ணிக்க மாட்டேன்னு சொல்லிட்டான்."

"அப்புறம்?"

மறுபடியும் அவர் அமைதியாக இருக்க,

"சொல்லுங்க அங்கிள். அதுக்கு நீங்க என்ன சொன்னீங்க?" என்று மறுபடியும் கேட்க.

"அப்படீன்னா நீ தாலி கட்டும் போது நான் இருக்க மாட்டேன்னு சொன்னேன்."

"செத்துப் போயிடுவேங்கிற அர்த்தத்துல சொன்னீங்களா?"

"ஆமா!"

"என்ன அங்கிள் நீங்க இப்படியா சொல்லுவீங்க?" என்று கேட்க.

அவர் அமைதியாகப் பார்த்தார்.

"இது ரொம்ப சாதாரணமான விஷயம் அங்கிள். இத ரொம்ப சாதாரணமா டீல் பண்ணியிருக்கலாமே. எதுக்கு அப்படி ஒரு வார்த்தைய சொன்னீங்க" என்று கேட்க,

"ஆமாம்பா... தப்புதா... ஏதோ அவசரத்துல, ஆவேசத்துல அப்படி சொல்லிட்டே. அதுக்காக அவன் வீட்டை விட்டு போயிடுவான்னு நான் கொஞ்சங்கூட எதிர்பாக்கலே" என்று மறுபடியும் அழுதார்.

"சரி அங்கிள்... கவலப்படாதீங்க. அவன் ஒன்னும் சின்ன பையனில்ல. வந்துடுவான் எல்லா சரியாயிடும். இன்னிக்கு ஒருநாள் பார்க்கலாம் நாளைக்கு வரலன்னா போலீசுல கம்ப்ளெயின்ட் பண்ணலாம் சரியா?" என்று ஞானம் கூற

"அப்படிதாம்பா பண்ணணும்" என்றவர் கூற,

"சரி நீங்க ஏதாவது சாப்டீங்களா?" என்று கேட்க,

"இல்லப்பா... அவன் போனதுல இருந்து சாப்புட மனசு வரல"

“சரி இருங்க. நாங்க டிபன் வாங்கிட்டு வர்றோம் சாப்பிடுவீங்க வாடா” என்று இருவரும் வெளியே வந்தனர்.

“தவசி நான் நினைச்சது சரியாப் போச்சு” என்றான் ஞானம்.

“என்ன நெனச்சே?” என்று தவசி கேட்க,

“லவ் மேட்டராத்தா இருக்கும்னு நெனச்சே கரெக்டா அத்தா” என்றான்.

திருமுருகனின் லவ் மேட்டர் இவர்கள் இருவருக்கும் நன்றாகத் தெரியும். அந்தப் பெண்ணைப் பற்றியும், அவள் கீழ் ஜாதியைச் சேர்ந்தவள் என்றும் நன்றாகத் தெரியும். இவர்கள் கூட ஆரம்பத்திலேயே அதைத் தடுத்தனர். திருமுருகனிடம் அந்தப் பெண் வேண்டாம் உங்கப்பா நிச்சயம் இதுக்கு ஒத்துக்கமாட்டார் என்றனர்.

ஆனால்! திருமுருகனோ... யார் பேச்சையும் கேட்கவில்லை. அந்தப் பெண்ணை மிக ஆழமாகத் காதலித்தான். அதேபோல் அவளும் அவனை ஆழமாகக் காதலித்தாள். களங்கமில்லாக் காதல் நாளொரு மேனியும் பொழுதொரு வண்ணமாகக் பூத்துக் குலுங்கியது. அதன் பிறகு தவசியும், ஞானமும் கூட அவனுக்கு எதுவும் சொல்லவில்லை. அவன் போக்கிலேயே விட்டுவிட்டனர்.

“இப்ப என்ன பண்ணலான்டா” என்று ஞானம் கேட்க,

“ஒரு தடவ அந்தப் பெண்ணை பாத்துட்டு வரலாமா?”என்று தவசி கூற,

“எதுக்கு?”

“இல்ல.. அவன் எங்க இருக்கான்னு ஒருவேளை அந்தப் பொண்ணுக்குத் தெரிஞ்சிருக்கலாமில்லையா? அவகிட்டா கேட்டா ஏதாவது கிடைக்கும்னு நினைக்கிறேன் என்ன சொல்றே?” என்று தவசி கேட்டான்.

“நீ சொல்றதும் கரெக்ட்தா... வா போலாம்” என்று இருவரும் புறப்பட்டனர்.

❖

8

ரேணுகா, இதுதான் திருமுருகனின் காதலி பெயர். ரேணுகாவை தவசியும், ஞானமும் சந்தித்தனர். திருமுருகன் வீட்டை விட்டு போன விஷயம் கேட்டு அதிர்ச்சியடைந்தாள் ரேணுகா.

“நீ கடைசியா அவனை எப்ப பாத்தே?” என்று ஞானம் கேட்டான்.

“மூன்று நாளைக்கு முன்னாடி” என்றாள்.

“அதுக்கப்புறம் பாக்கலியா?”

“இல்ல!”

“ஃபோன் பண்ணியா?”

“பண்ணே.. ஸ்விட்ச் ஆஃபுன்னே வருது”

தவசியும், ஞானமும் ஒருவரையொருவர் பார்த்துக் கொண்டனர்.

“என்ன பிரச்சனை? ஏன் அப்படி பண்ணாரு?”

“எல்லா உங்க விஷயந்தா”

“அவங்கப்பா ஒத்துக்கலியா?”

“ஆமா!”

"அதுக்காக கோவிச்சிக்கிட்டுப் போயிட்டாரா?"

"ஆமா!"

"இப்ப என்ன பண்றது?"

"ஒன்னுமில்ல.. வந்துருவான்"

"எங்க போயிருப்பான்னு உங்களுக்கு ஏதாவது ஐடியா இருக்கா?"

"அதா எங்களுக்கும் புரியல..." என்று ஞானம் கூறியதும்.

அவளும் கண்கலங்க ஆரம்பித்து விட்டாள்.

"அழாதே தைரியமா இரு. அவன் எங்கயும் போயிட மாட்டான். வந்துருவான்" என்று அவளை சமாதானப்படுத்தியபடி... "சரி நீ கிளம்பு நாங்க பாத்துக்கறோம்" என்றவளை அனுப்ப.

அவள் போகாமல் தயங்கியபடி நிற்க, "ஒன்னும் ஃபீல் பண்ணாதே. அவன் வந்துடுவான். தைரியமாக போ. இப்பவே லேட்டாயிடுச்சி" என்று கூற,

அரை மனதாக அவள் அந்த இடத்திலிருந்து நகர்ந்தாள். அவள் போன பிறகு, "மாப்ள என்னடா இது. இந்தப் பெண்ணுக்கு கூட எதுவும் தெரியல, இப்ப என்ன பண்றது?" என்று ஞானம் கேட்க,

"அதான்டா எனக்கும் குழப்பமா இருக்கு. இவளையும் கான்டாக்ட் பண்ணலே. அப்படீன்னா எங்க போயிருப்பான்?"

"மாப்ள பேசமா போலீசுல கம்ப்ளெயின்ட் தந்துட வேண்டியதுதா"

"இரு இரு அவசரப்படாதே. அவன் இன்னா குழந்தையா? நாளைய வரைக்கும் பார்க்கலாம். வரலன்னா நீ சொன்ன மாதிரி போலீசுக்கு போயிட வேண்டியதுதா"

"மாப்ள அவரை பாக்கவே கஷ்டமா இருக்குடா"

"என்ன பண்றது, இது அவனுக்கில்ல தெரியணும். வயசானவரை இப்படி அலைய உடறமேன்னு, எனக்கு கூட பாக்க கஷ்டமாத்தா இருக்கு. என்ன பண்றது, எல்லா டைம்தா. வா... போலாம்" என்று இருவரும் புறப்பட்டனர்.

❖

9

கரையில் கட்டுமரத்தைக் கட்டிவிட்டு, கூடையுடன் வந்து ஓரிடத்தில் உட்கார்ந்தார் திருக்கசாமி. படகுகளின் வருகைக்கென்றே காத்திருக்கும் ஏஜென்ட் கொண்ட சாமியும், அஸிஸ்டென்ட் ஜோட்தலையும் கழுகாய் பறந்து விட்டனர்.

இன்று ஏனோ வழக்கத்திற்கு மாறாக அரிய வகை மீன்கள் கொஞ்சம் அதிகமாகவே வலையில் அகப்பட்டது. அதைப் பார்த்த திருக்கைக்கு கொஞ்சம் சந்தோஷம் தான். காரணம் அப்படிப்பட்ட மீன்களுக்கு கிராக்கி அதிகம். விலையையும் கொஞ்சம் கூட கேட்கலாம். ஏஜென்டுகளும் கேட்ட விலைக்கே தருவார்கள். எதிர்பாராத விதமாக இன்று ஏனோ அதிர்ஷ்டக் காற்று கொஞ்சம் அடித்ததால், திருக்க சொன்ன விலையை மறுபேச்சின்றி கொடுத்து விட்டு, கூடையைத் தூக்கினார் கொண்ட சாமி.

பத்து விரல்களும் சந்தோஷத்தில் முத்தமிடும் அளவில் பச்சை நோட்டுகள் கையிலிருக்க வழக்கம் போல் கள்ளுக்கடைக்கு நடந்தார் திருக்கசாமி. அங்கே இவருக்கு முன்பாகவே இவருடைய நண்பர் வெட்டுக்கிளி ஆறுமுகம் கையில் சிறிய வறுத்த மத்தி

மீனுடன், சிறிய கள் குடுவையுடன் உட்கார்ந்திருந்தார்.

இரண்டையும் பார்த்த திருக்க... "என்னடா வெட்டு... மீனு சைசும், பானை சைசும் என்னைக்கு இல்லாம இன்னைக்கு ரொம்ப சிறுசா இருக்கே?" என்று கேட்டார்.

"ஆமாம்பா... மோடின்னு ஒருத்தன் இருக்கானே, அவன் ரெண்டுத்துக்கும் ஜி.எஸ்.டி ய ஜாஸ்தி போட்டாம்பா" என்று கூறி சிரித்தார்.

திருக்கையும் அந்தக் காமெடிய ரசித்து சிரித்தார்.

"சரி வா... இப்படி உக்காரு இன்னா இன்னைக்கு லேட்டா வர்றே?" என்று வெட்டுக்கிளி கேட்க,

"ஒன்னுமில்லடா..... இன்னைக்கு என்னமோ அதிசயமா வெயில் ஜாஸ்தியா இல்ல... அதுல டைம் போனது தெரியல.. அத்தா" என்றார்.

"திருக்க... உன்கிட்ட ஒரு முக்கியமான விஷயம் ஒன்ன பேசணும்பா அதுக்காகதா இன்னைக்கு வந்தே...."

"இன்னாது அது?"

"நம்ம புள்ளைக்கு ஒரு எடம் வந்திருக்குடா பாக்கலாமா?"

"எங்க?"

"உள்ளூர்லதான் பையன் ஹோட்டல்ல வேலை செய்யறான். மாசமானா கை நெறைய சம்பளம்."

"என்ன வேலை?"

"சர்வராத்தான்..."

"அட சர்வர் வேல செய்றவனுக்கெல்லா எப்படிடா?"

"ஏன் அதுல என்ன கேவலம்?"

"கேவலமெல்லா இல்லடா"

"அப்புறம்?"

“புள்ள கொஞ்ச படிச்சிருக்கு…அதுக்கு தகுந்த ஆளா பாத்தா தானடா அதுவும் மனசு ஒத்து குடும்பம் நடத்தும். கட்டிக்கப் போறது அதுதானே. நான் இல்லியே அதுக்குச் சொல்றறே…”

“அப்பபடிங்கறியா?”

“ஆமா பின்ன, நம்ம ஏதோ மாப்ள பாக்கறம்னு எவனையோ ஒருத்தனைக் காட்னா, அத அதுக்கும் புடிக்கணுமில்லியா?”

“இதை அது சொல்லுதா? இல்ல நீயே சொல்றியா?”

“ஏன்… நான் சொல்றததா வச்சுக்கயேன் இதுல என்ன தப்பு இருக்கு?”

“சரிவுடு.. உனக்கு இஷ்டமில்லன்னா வேற எடம் பாக்கலாம்”என்று கூறும் போது சற்று தூரத்தில் தவளை வந்து கொண்டிருந்தான்.

தண்டலுக்கு பணம் கொடுக்கும் தண்டபாணி என்பவனைத்தான் தவளை என்றனர். அவனை அனைவரும் தவளை தண்டம்னுதான் கூப்புடுவாங்க.

“வெட்டுக்கிளி அவளை கொஞ்சம் கூப்புர்ரா” என்று திருக்க கூற,

“டேய் தவள… வாடா இங்க” என்றழைத்தார் வெட்டுக்கிளி.

“இன்னா வெட்டலே சவுண்டடெல்லா பலமா இருக்கு. மடியில பணம் நிறைய இருக்கா?” என்றவன் கேட்டான்.

“அட நீ வேற… அவ்வளவு தூரத்துல இருக்கிற உன்னை கூப் பிடணும்னா எப்படி கூப்புர்றது. சவுண்டு போட்டுதா கூப்புணும்.”

“சரி இன்னா விஷயமா கூப்டே?”

“எனக்கு பெண்ணு ஏதாவது இருந்தா பாரேன். கல்யாணம் பண்ணிக்கணும்னு ஆசையா இருக்கு” என்று வெட்டுக்கிளி கிண்டல் செய்தார்.

“ஏய் இன்னா நக்கலா… சும்மா போறவனக் கூப்பிட்டு சொரியறே?”

“அட… உன்னைய கூப்டா எதுக்குடா கூப்புடுவாங்க? காசுக்காகத்தானே கூப்புடுவாங்க. வேற எதுக்கு கூப்புடுவாங்க?”

“சரி விஷயத்துக்கு வா”

"விஷயம் எனக்கில்ல... திருக்கைக்கு"

"இன்னா திருக்கண்ணே... பணமா வேணும்?"

"ஆமாண்டா"

"எவ்வளவு?"

"ஒரு ஐயாயிரம்"

"எதுக்கு அவ்வளவு?"

"வாங்கி கொளுத்தி போடதா"

"என்ன நக்கலா?"

"வேற என்னடா... தேவ இருக்கிறதாலதா கேக்கறது.. இருந்தா குடு... இல்லன்னா உடு"

"சரி நாளைக்கு தர்டா..."

"குடு..."

"சரி நான் வர்றே..." என்றவன் போனான்.

"ஏண்டா திருக்க இவ்வளவு பணம் கடன் வாங்கறே?" என்று வெட்டுக்கிளி கேட்க,

"கடனை அடைக்கதா" என்றார்.

"என்னது கடனை அடைக்க கடன் வாங்கறியா?"

"வேற நம்மள மாதிரி ஆளுங்க. இப்படித்தானே பண்ணிக்கிட்டி ருக்காங்க கடனை வாங்கி கடனை அடைக்க வேண்டியதுதான... என்ன பண்றது?"

"சரிடா புறப்படலாமா... நேரமாவுது" என்று வெட்டுக்கிளி அழைக்க.

"புறப்பட வேண்டியதுதா.... இங்கயேவா உக்காந்துக்கிட்டிருக்க முடியும். வா... போலாம்.." என்றிருவரும் புறப்பட்டனர்.

❖

10

மறுநாள் தவசியும், ஞானமும் சந்தித்தனர். திருமுருகன் தந்தையிடம் வந்தனர். இவர்கள் வருவதற்கு முன்பே அவர் தயாராக இருந்தார். மகனின் புகைப்படத்துடன் கம்ப்ளெயின்ட் ஒன்றை எழுதி வைத்துக் கொண்டிருந்தார்.

மூவருமாக போலீஸ் ஸ்டேஷனுக்குப் புறப்பட்டனர்.

அப்பொழுது அந்தத் தெருவில் அனைவருக்கும் துணிகளை இஸ்திரி செய்து வரும் தும்பு என்பவன் பெரியவரைப் பார்த்து... "சாமி இன்னா சாமி நான் ஒரு விஷயம் கேள்விப்பட்டனே உண்மையா?"

பெரியவர் பேசாமல் அமைதியாக இருந்தார்.

"பையனைக் காணோம்னு கேள்விப்பட்டேன். மனசுக்கு ரொம்ப சங்கடாப் போச்சு. எதுக்கும் நம்ம கவுன்சிலரை ஒரு தபாபாத்தீங் கன்னா, அவர் மூலமா ஸ்டேசன்ல ஒரு கம்ப்ளெயின்ட் குடுத்தா கொஞ்ச ஜருரா கண்டுபுடிப்பாங்க.. இன்னா சொல்றீங்க வர்றீங் களா.. நான் கூட்டிட்டு போறேன்" என்றான்.

"இல்ல... இல்ல... அதெல்லாம் யாரும் வேணாம். நாங்க பாத்துக்கறோம்" என்றான் தவசி.

நீங்க பாத்துக்கறீங்களா! சரி யாரா இருந்தா என்ன... புள்ள கிடைச்சா போதும், ஏன்னா சாமி நமக்கு ரொம்ப வேண்டப்பட்டவரு. எம்புள்ளைங்களுக்கு சும்மாவே பாடம் சொல்லிக் கொடுத்த புண்ணியவதி அந்தம்மா அதால சாமி நமக்கு ரொம்ப வேண்டப் பட்டவரு என்று அவன் போக,

மூவரும் ஒரு ஆட்டோ பிடித்து ஸ்டேஷனுக்கு புறப்பட்டனர்.

வழக்கமாக யாராவது கம்ப்ளெயின்ட் செய்ய ஸ்டேஷனுக்குப் போனால் அங்கே எஸ்.ஐ. இருக்க மாட்டார். கேட்டால் ரவுண்ட்ஸ்க்கு போய் இருக்காருன்னு சொல்லுவாரு ரைட்டர் ஆனால் இன்று ஏனோ வழக்கத்திற்கு மாறாக ஈ ஓட்டிக் கொண்டிருந்தனர் ரைட்டரும், எஸ்.ஐயும்.

இவர்களை வரவேற்று என்ன, ஏதென்று விசாரித்தனர்.

பெரியவர் எல்லாவற்றையும் நிதானமாக, விவரமாக சொல்லி முடித்தார்.

"அப்படியா, பையன் போயி எத்தனை நாள் ஆவுது?" என்று எஸ்.ஐ. கேட்க,

"இன்னையோட நாலு நாள் ஆவுதுங்க" என்றார் பெரியவர்.

"நாலு நாள் ஆச்சா? வழக்கமா அவன் போற எடத்துக்கெல்லா, கேட்டுப் பாத்தீங்களா?"

"கேட்டுப் பாத்துட்டங்க.. அங்க எங்கயும் போகல"

"அப்படியா... விடுங்க பாத்துக்கலாம் ரைட்டர் அய்யா பெரியவர் கிட்ட ஒரு கம்ப்ளெயின்ட்ட வாங்கிக்கங்க என்ற படி பெரியவரிடம் சார் நீங்க புறப்படுங்க நாங்க பாத்துக்கறோம் எங்கயும் போயிட மாட்டான். ஆம்பள பையன்தானே தைரியமா இருங்க. பொம்பள பொண்ணா இருந்தாதா பயப்படணும் தைரியமா இருங்க கண்டு புடிச்சுடலாம்" என்று எஸ்.ஐ தைரியம் கூறி அனுப்பினார்.

மூவரும் வெளியே வந்தனர்.

திருமேனியின் முகம் வாடி இருந்தது. புள்ளை இல்லாக் கவலை இரட்டிப்பாக இருந்தது. வாடிய அவர் முகத்தைப் பார்த்த ஞானம் "அங்கிள் கவலைப்படாதீங்க. எஸ்.ஐ. ரொம்ப நல்லவரா இருக்காரு. சீக்கிரமா கண்டுபுடிச்சிடுவாரு... தைரியமா இருங்க, உங்க மேல இருக்கிற கோவத்துல போயிட்டான் கோவம் கொஞ்சம் இறங்குச் சுன்னா, மனசு மாறி தானா வந்துடுவான்" என்று கூற

"இப்படி பண்ணுவான்னு தெரிஞ்சா, நான் அவன் கேட்டதுக்கு ஒத்துக்கிட்டிருந்திருப்பேம்பா, இப்படி செய்வான்னு நான் எதிர் பாக்கல. அவங்க அம்மா இருந்தப்பக் கூட எத்தனையோ நாள் எத்தனையோ விஷயத்துல எங்களுக்குள்ள வாதம் வந்தப்பக்கூட அவன் எங்க பேச்ச மீறினதில்ல "சரிப்பா, சரிம்மா"ன்னு ஒத்துக்கிட்டு போயிடுவான். ஆனா! இந்த விஷயத்துல இப்படி பண்ணுவான்னு நான் கொஞ்சங்கூட எதிர்பாக்கல. இப்படி செய்வான்னு தெரிஞ்சா, நான் ஒத்துக்கிட்டிருந்திருப்பனே" என்று கண்ணீர் விட்டார்.

''அய்யோ அங்கிள்... என்ன அங்கிள் நீங்க அழாதீங்க அங்கிள், வந்துடுவான் அங்கிள், எங்க போயிடப் போறான்'' என்று தவசி அவரை சமாதானப்படுத்தினான்.

''அப்பா...எனக்கு கொஞ்ச தலை சுத்தற மாதிரி இருக்கு. இங்க கொஞ்ச நேர் உக்காந்துட்டு போலாம்பா...'' என்று அங்கே பிளாட்பாரத்தில் உட்கார்ந்தார் திருமேனி.

"அங்கிள்... வாங்க அங்க அந்த காபிஷாப்பாண்ட நிழல் இருக்கு. உக்கார வட சேர் இருக்கு வாங்க அங்க உக்காந்துப்பீங்க..." என்று தவசி கூற,

மூவரும் காபிஷாப்பிற்கு வந்தனர்.

பெரியவர் பெஞ்சில் உட்கார,

ஞானம் மூவருக்கும் டீ சொன்னான்.

ஃபேன் காற்று இதமாக இருக்க, வியர்த்த முகத்தை துடைத்துக் கொண்டு தன்னைக் கொஞ்சம் ஆசுவாசப்படுத்திக் கொண்டார் திருமேனி.

ஐந்து நிமிடத்தில் மூவருக்கும் டீ வந்தது.

டீ சாப்பிட்டபடி அவர் முகத்தையேப் பார்த்தான் ஞானம்.

பாவம் அந்த முகத்தில் தான் சோகம் படர்தாமரையாக படர்ந்திருந்தது. பிள்ளைகள் மீது பெற்றவர்களுக்கு பாசம் இருப்பது, அவர் தங்களுடன் இருக்கும் போது தெரியாது, அவர்கள் தங்களை விட்டு பிரிந்து எங்காவது சென்று விட்டால், இந்த பெற்றவர்கள் படும் வேதனையை சொல்லவும் முடியாது, எழுதவும் முடியாது. அந்த வலி பிள்ளைகளைப் பெற்றவர்களுக்கு மட்டுமே தான் தெரியும்.

டீ குடித்து முடித்து மூவரும் காபி ஷாப்பை விட்டு வெளியே வர, அதன் பக்கத்தில் ஒரு பெட்டிக்கடை இருக்க, அதில் தினசரி செய்தித்தாள்களின் போஸ்டர்கள் தொங்கிக் கொண்டிருந்தது. அதில் ஒரு போஸ்டர்ல தலைப்புச் செய்தியாக ஒரு விஷயம் இருக்க, அது திருமேனியின் கண்களில் பட்டது.

அங்கே நின்று ஒரு நிமிடம் அதை உற்றுப் படித்தார்.

அதில் காணாமல் போன தன் மகனைக் கண்டுபிடித்து தருவோருக்கு ஒரு கோடி அன்பளிப்பு தருவதாக ஒரு எக்ஸ் எம்.எல்.ஏ கூறிய செய்தி இருந்தது.

கடைக்குச் சென்று பேப்பர் ஒன்றை வாங்கிக் கொண்டு ஆட்டோ ஏறினார் திருமேனி.

11

வாங்கி வந்த பேப்பரில் வந்திருந்த அந்த நியூஸை இரண்டு முறை திரும்ப, திரும்ப படித்தார் திருமேனி.

அவர் மனதிற்குள் எண்ண ஓட்டம் ஒன்று ஓடியது.

யாரோ ஒரு எம்.எல்.ஏ தன் மகன் தொலைந்து போனதற்கு, அவனைக் கண்டுபிடித்து தருபவர்களுக்கு ஒரு கோடி ரூபாய் பரிசாக தருவதாக சொல்லி இருக்கறாரே. மகன் மீது எவ்வளவு பாசம் இருந்தால் இவ்வளவு பெரிய தொகையை கண்ணை மூடிக் கொண்டு எடுத்துத் தருவார். இவரல்லவோ தந்தை என்று மனதினுள் அவரை மெச்சிக் கொண்டார்.

வாசலில் தவசியும், ஞானமும் வருவது தெரிந்தது. அவருக்காக இரவு டிபனை வாங்கி வந்தவர்கள் திருமேனியிடம் அதைத் தந்த படி... "அங்கிள் இந்தாங்க டிபன் சாப்ட்டு ரெஸ்ட் எடுங்க, எதையும் மனசுல ஏத்திக்காதீங்க, அவன் வந்துடுவான் போலீஸ்ல கம்ப்ளெயின்ட் குடுத்துட்டம்ல அவங்க பாத்துப்பாங்க" என்று கூற,

"ஞானம் எனக்கொரு யோசனை தோணுதுப்பா" என்றார்.

“என்ன அங்கிள்... என்ன யோசனை?” என்று கேட்டான்.

“அது வந்து...” என்றவர் கொஞ்சம் தயங்கினார்.

“பரவாயில்லை அங்கிள், எதாயிருந்தாலும் சொல்லுங்க” என்று ஞானம் கூற,

“இந்தா... இந்தப் பேப்பரை பாரு” என்று அந்தப் பேப்பரை அவனிடம் நீட்டினார்.

“இதுல என்ன இருக்கு அங்கிள்?” என்று ஞானம் கேட்டான்.

“இந்தா... இத கொஞ்சம் படிச்சிப்பாரு” என்று அந்த நியூஸைக் காட்டினார்.

தவசியும், ஞானமும் ஒருவரையொருவர் பார்த்துக் கொண்டனர். காரணம் அந்த நியூஸ் அவர்களுக்குத் தெரிந்ததே.

“இதை எதுக்குப் படிக்கச் சொல்றாரு” என்ற யோசனையுடன் படித்தான் ஞானம்.

“படிச்சிட்டியாப்பா?”

“படிச்சிட்டேன் அங்கிள்,” என்று கூற,

“நான் கூட இந்த மாதிரி ஒரு அனொவுன்ஸ்மெண்ட் தரலாம்னு இருக்கேன். நீங்க என்ன சொல்றீங்க?”

“என்னது அங்கிள்... இந்த மாதிரியா?”

“ஆமா!”

“அங்கிள் அவன் ஒரு அரசியல்வாதி. எப்படி எப்படியோ கொள்ளை அடிச்சி சம்பாதிச்ச சொத்து, கோடிகணக்குல இருக்கு. மலையளவு வெள்ளத்துல, நகம் அளவுக்கு கிள்ளி எறும்புக்கு போடறான். ஆனா! நாம அவனை மாதிரியில்ல. நம்மகிட்ட என்ன கோடி கணக்குல கொட்டியா கிடக்கு, இப்படியே ஒரு அனொவுன்ஸ்மென்ட் தர்றதுக்கு. இதெல்லாம் வேணா அங்கிள் கண்டுபிடிச்சி தர்றவுங் களுக்கு வேணா ஒரு ஐயாயிரமோ, பத்தாயிரமோ தரலாம். அவ்வளவுதான நம்மளாலே முடியும்” என்று தவசியைப் பார்த்தபடி,

“என்னடா தவசி நான் சொல்றது சரிதானே?” என்று கேட்டான்.

“ஆமாம்” என்றபடி அவனும் தலையசைத்தான்.

“அப்படியில்லப்பா அவனுடைய பணத்ததா நீ பாக்கறே. ஆனா! நான் அவனோட பாசத்ததா பாக்கறே. எம் புள்ளைக்கு மிஞ்சி இந்த கோடி எனக்குப் பெரிசுயில்லன்னு சொல்றாம் பாரு. அவந்தா உண்மையான தகப்பன். அவன் மனசுக்குள்ள இருக்கிற பாசம் உன் கண்ணுக்குத் தெரியலையா? எனக்கும் எம் பையந்தா முக்கியம். அவனுக்காக நான் எத வேணாலும் செய்வேன். இது போனா என்ன... இத மாதிரி பத்து மடங்கை அவன் சம்பாதிப்பான். அவனுடைய ஜாதகம் நல்ல ஜாதகம். கோடீஸ்வரனா வர ஜாதகம். இதென்னப்பா பிசாத்து சொத்து போனாப் போவுது” என்றவர் கூற,

‘‘அங்கிள் அவசரப்படாதீங்க அங்கிள். ஒரு ரெண்டு நாள் பாப்போம். அதுக்குள்ள அவன் வந்துடுவான். வரலன்னா வேணா... நீங்க சொல்ற மாதிரியே செய்வோம். அப்பகூட இவ்வளவு பெரிய அமொவுண்ட் வேணா வேணும்னா அம்பாதியிரமோ லட்சமோ தரலாம்’’ என்று தவசி சொல்ல, ஞானமும் அதை ஆமோதித்தான். சரி என்று திருமேனியும் ஒப்புக் கொண்டார்.

❖

12

தினமும் காலையில் ஆறு மணிக்கெல்லாம் எழுந்து சுறுசுறுப்பா வீட்டு வேலைகளையெல்லாம் செய்றது ரேணுகாவின் வழக்கம்.

ஆனா திருமுருகன் காணாமப் போனதிலிருந்து உடலிலும், உள்ளத்திலும் சோர்வு தொற்றிக் கொண்டது சுனங்கி.... சுனங்கி எழுவதும், படுப்பதுமாகவே இருந்தாள்.

இதை தாயும் கவனிக்காமல் இல்லை.

“ஏண்டி, என்னாச்சு உனக்கு? நானும் நாலஞ்சு நாளா உன்ன பாத்துக்கிட்டுதா இருக்கேன். ஏதோ எழவு உழுந்த ஊட்ல இருக்கிற மாதிரியே இருக்கியே?” என்று கேட்டாள்.

“அதெல்லா ஒன்னுமில்ல” என்று சமாளித்தாள் ரேணுகா.

“ஒண்ணுமில்லையா?” என்று தாய் கேட்க,

“என்னத்த கண்டுபுட்டே எம் மூஞ்சில, நான் எப்பவும் போலத் தானே இருக்கேன். புதுசா என்ன வித்தியாசத்த பாத்துட்டே” என்று சத்தம் போட்டாள்.

“இதுக்கேன்டி இப்படி கத்தறே? ஏதோ வித்தியாசமா தெரிஞ்சதாலதா கேட்டேன்”

“அதெல்லா ஒன்னுமில்ல. நீ போய் உன் வேலைய பாரு. எதை யாவது கேக்கணும்னு வந்துட்டே போ” என்று தாயை விரட்டினாள்.

“என்ன ஏதுன்னு கேட்டா, ஏதோ நாய விரட்ற மாதிரி விரட்டி வுடறாளே. யார் எப்படியிருந்தா நமக்கென்ன” என்றபடி தாய் போனாள்.

திருமுருகன் காணாமல் போனதிலிருந்து பாவம் அவள் ஊண் உறக்கமின்றி நடை பிணமாகவே இருந்தாள். கல... கல... வென்று பேசுபவள் ஒரே நாளில் ஊமையானது போல் ஊமையாகி விட்டாள். யாரிடத்திலும் அதிகமாக பேசுவதில்லை. அவள் மௌனம் யாருக்கும் புரியவில்லை. ஆனால் ஒருவளுக்கு மட்டும் லேசாக கொஞ்சம் புரிந்தது. அவள் தான் கோமதி. இவள் ரேணுகா வின் சிநேகிதி. ஒரே ஒரு சிநேகிதி. சாதாரண சிநேகிதி அல்ல உயிர் சிநேகிதி. இவளிடம் மட்டும் தான் தன் சுக துக்கங்களைப் பகிர்ந்து கொள்வாள் ரேணுகா.

ரேணுகாவின் முகத்தில் திடீரென உருவான அமைதி, சோர்வு, கவலை, துன்பம், துயரம், இவைகளைப் பார்த்த கோமதி மெல்ல அவளைக் கிண்ட ஆரம்பித்தாள்.

கேட்டதுமே ஆரம்பத்தில் “ஒன்னுமில்லை.. நான் சாதாரணமாத்தா இருக்கேன்னு” சமாளித்தாள் ரேணு.

ஆனால் கோமதி மட்டும் விடவில்லை. “நீ சொல்றதுல எனக்கு கடுகு மூக்களவு கூட நம்பிக்கை வரல. ஏதோ இருக்கு... ஆனா! அத நீ மறைக்கறேங்கிறது மட்டும் கிட்டப் பார்வை கண்ணாடியில பாக்கற கிளியரா தெரியுது” என்று சொல்ல,

வேறு வழியின்றி மேட்டரை ஓபன் செய்தாள் ரேணு. சொல்லத் தயங்கியவள் கண்ணீர் மல்க மொத்தத்தையும் சொல்லித் தீர்த்தாள்.

“ஏய்...! இதுக்கா இவ்வளவு டல்லா இருக்கே? நான் என்னமோ, ஏதோன்னு நினைச்சேன். வருவான்டி வராம எங்க போவான்?”

“இல்லடி. ஒருநாள் கூட என்ன பாக்காம இருந்ததில்ல...”

‘‘அது உன் லவ்வர் மட்டுமில்ல. உலகத்துல இருக்கிற எல்லா லவ்வர்ங்களுமே அப்படித்தா. லவ் பண்றதுக்கு ஒரு பொண்ணு உழுந்துட்டா போதும், ஒரு நாள் என்ன ஒன்ஹவர் கூட இருக்க மாட்டான்க. உன் ஆளாவது பரவாயில்ல என் ஆளு இருக்கானே அவன் பெரிய இம்சை அரசன்டி. ஒரு நாளைக்கு பத்து ஃபோன் பண்ணுவான். அப்பதா பேசி வச்சிருப்பான், அடுத்த அஞ்சாவது நிமிஷமே ஃபோன் பண்ணுவான். எதுக்குடா பண்றே? இப்ப தானே பேசி வச்சேன்னு கேட்டா, அதுக்கு சப்பையா ஏதாவது ஒரு சாக்கு சொல்லுவாம் பாரு, நமக்கு எதுல சிரிக்கிறதுன்னேத் தெரியாது. இதுக்கெல்லா ஃபீல் பண்ணாதடி. வந்துடுவான். உங்க காதல் உண்மையான காதல்னா அவன் உன்னவுட்டு எங்கயும் போவ மாட்டான்” என்று கூற,

ரேணுகா அமைதியாகப் பார்த்தாள்.

நான் என்ன நினைக்கறன்னா அவன் அவங்க அப்பாக்கு ஒரு ஜலக்குடுக்கணும்னு இப்படி பண்றான்னு நினைக்கறே. அவங்கப்பா ஒத்துக்கிற வரைக்கும் யார் கண்லயும் படமாட்டான் பாரு. இப்ப உன்ன வந்து பாத்தான்னு வச்சுக்க, அது அவங்க பிரண்டுங்களுக்குத் தெரியும். அவங்களுக்குத் தெரிஞ்சா அவங்க அப்பாக்கு தெரிஞ் சிடும். இல்லையா? அப்பபையன் இருக்கான்னு ரிலாக்ஸாயிடுவாரு இல்ல. எல்லா உன் ஆளு தெளிவா பிளான் பன்றான்னு நினைக் கறேன். கொஞ்ச மனச கட்டுப்படுத்திக்கோ, எல்லா நல்லதுக் கேன்னு நினைச்சுக்கோ, எல்லா நல்லபடியா நடக்கும் என்று கூற,

கலங்கிய கண்களுடன் ரேணுகா பார்த்தாள்.

“அழாதடி இதுக்கெல்லா போயி யாராவது அழுவாங்களா? கண்ண துடைச்சுக்க நல்ல செய்தியோட கண்டிப்பா உன்ன வந்து பாப்பான் பாரு. அவங்கப்பா சம்மதத்தோட, உங்க கல்யாணம் நல்லபடியா நடக்கும் பாரு. என் நாக்கு கருநாக்கு, நான் சொன்னா சொன்னபடி

நடக்கும் பாரு. நம்பிக்க இல்லன்னா என் நாக்க பாரு" என்று நீட்டிக் காட்டினாள் கோமதி.

அப்போது தவசி ராமம், ஞானமும் அவர்களை நோக்கி வந்து கொண்டிருந்தனர். அவர்களைப் பார்த்து விட்ட ரேணுகா "ஏய் அவங்க வர்றாங்க பாரு அவங்கதாண்டி அவரோட பிரண்ட்ஸ்ங்க" என்று காட்டினாள்.

"இவங்கதானா அது? நான் இதுநாள் வரைக்கும் பாத்ததேயில்ல"

வந்தவங்க ரேணுகாவிடம் "என்னம்மா அவன் வந்தானா?" என்று கேட்டனர்.

அவள் இல்லை என்று தலையாட்டினாள்.

"இல்லையா?" என்று அதிர்ச்சியுடன் ஒருவரையொருவர் பார்த்துக் கொண்டனர்.

அவர்கள் பார்த்துக் கொண்டதை ரேணுகாவும் பார்த்தாள்.

"அவர் இன்னும் வரலியா?"

"இல்லியேம்மா"

"எங்க போனாரு? என்ன ஆனாரு?"

"அந்தக் கருமந்தானே தெரில. எங்க போய் ஒழிஞ்சான்னு தெரில, இருக்கிறவங்க எழவ எடுக்கறான். அந்த மனுஷன கண்ணால பாக்க முடியல. வயசானவரு யார் துணையும் இல்லாதவரு. பொண்டாட்டி கூட இல்ல சோத்துக்கு என்ன பண்ணுவாரு? எங்க போவாரு? இந்த மாதிரி நேரத்துல எதையும் யோசிக்காமல இப்படி நட்டாத்துல கழுத்த அறுத்த மாதிரி அப்பனை அநாதையா உட்டுப் போனா என்னம்மா அர்த்தம்? இவனெல்லா புள்ளையா சீ!" என்று ஞானம் சலிப்புடன் கோபம் கொண்டான்.

ரேணுகாவிற்கு இது பெரும் தர்மசங்கடமாக இருந்தது. அவளுக்கு இப்பொழுது தன்னுடைய காதலன் கிடைக்கவில்லை என்றாலும் பரவாயில்லை. பாவம் அந்தத் தந்தை. அவர் என்ன பாவம் செய்தாரு அவருக்கேன் இந்தக் கஷ்டம் அவருக்காக, அவருடைய மகனாக

திரும்பி வந்துவிட்டால் அதுவேபோதும். எனக்கு இந்த காதலும் வேண்டாம் எந்தக் கருமமும் வேண்டாம் எந்த பழி பாவத்துக்கும் ஆளாவ வேணாம். என்னால ஒரு வயசானவர் சாப்பாடு கூட யில்லாம கஷ்டப்படறாரே! என்று மிகவும் வருத்தப்பட்டவள் அதைச் சொல்லி சொல்லியே கதறி கதறி அழ ஆரம்பித்தாள்.

அதைப் பார்த்த கோமதி அவளை சமாதானப்படுத்தும் விதமாக... "ஏய் என்னடி இது? ரோட்ல நின்னு அழுதுகிட்டு, நாலு பேர் பாக்கற மாதிரி. நல்லாவா இருக்கு? அழறத நிறுத்து போறவன் வர்றவனெல்லா பாத்துக்கிட்டேப் போறான்க'' என்று கோமதி அதட்டினாள்.

ரேணுகா அழுகையை நிறுத்தியபடி முந்தானையில் முகம் துடைத்தாள்.

"சரிம்மா... நாங்க வர்றோம். உன்ன பாக்க வந்தானா இல்லை யான்னு தெரிஞ்சுக்கத்தா வந்தோம். அவன் வந்துடுவான் தைரியமா இரு. அத்தோட நம்பிக்கையா இரு'' என்று சொல்லிவிட்டு இருவரும் அங்கிருந்து நகர்ந்தனர்.

"ஏய்.. அவங்க சொல்ற மாதிரி தைரியமா இரு. அத்தோட நம்பிக்கை யாவும் இரு. நீ கும்புடற கடவுள் உன்னை கைவுட மாட்டான். வா போலாம்'' என்று இருவரும் அங்கிருந்து புறப்பட்டனர்.

❖

13

ரேணுகாவைப் பார்த்து விட்டு இருவரும் திரும்பிக் கொண்டிருந்தனர். டக்கென்று நின்ற ஞானம் தவசியிடம் "மாப்ள... எதுக்கும் ஒரு வாட்டி ஸ்டேஷனுக்குப் போயிட்டு வரலாமா?" என்று கேட்டான்.

"எதுக்கு?" என்று தவசி கேட்க,

"இல்ல மாப்ள... எஸ்.ஐ ய பாத்து என்ன ஆச்சுன்னு விசாரிக்கலாம்?"

"டேய் கம்ப்ளெயின்ட் குடுத்து முழுசா ரெண்டு நாள் கூட ஆவல அதுக்குள்ள போய் கேட்டா, அவன் எதன்னா சொல்லப் போறான்டா. ஏற்கனவே இந்தப் போலீஸ்காரன்க எப்பவும் பச்சமொளகாய கிள்ளி வச்ச மாதிரியே இருப்பான்க."

"இல்லடா ஒரு தடவ போய் பாத்துட்டு வந்தா, பெரியவர் கேட்டா ஏதாவது சொல்லி சமாளிக்கலாமில்ல... அதுக்குதா?"

"அப்படீங்கறியா?"

"ஆமா மாப்ள!"

“சரி வா போய் விசாரிப்போம்” என்று இருவரும் ஸ்டேஷனுக்கு வந்தனர்.

அன்னைக்குன்னு பாத்து வானம் வெளுக்க, வள்ளன் துணிய வெளுக்க, யாரோ ரெண்டு அக்யூஸ்ட்டுங்களை லத்தி முறிய வெளுத்து வாங்கிக் கொண்டிருந்தார் எஸ்.ஐ

அதைப் பார்த்த தவசி. “ஞானம் சகுனம் சரியில்லன்னு நெனக்கறே.. வா... இப்படியே போயிடலாம்னு சொன்னான்”

“இர்ரா ஏன் அவசரப்படறே?”

“அதுக்கில்லடா... இப்ப இருக்கிற சுட்சிவேஷனைப் பாத்துதா சொல்றே. நாம ஏதாவது கேட்டா, அதே கோவத்த நம்ம மேலதா காட்டுவான். இதுல டவுட்டே இல்ல..” என்று கூற,

தவசி சொன்னத கொஞ்சம் யோசித்த ஞானம் அப்படிங்கறியா? என்றான்.

“ஆமா... எதுக்கு வம்பு”

“நீ சொல்றதும் கரெக்ட்தா. வா போலாம்” என்று இருவரும் திரும்பினர்.

அதே நேரம் அக்யூஸ்ட்டுகளை அடித்து ஓய்ந்த எஸ்.ஐயும் திரும்பினார்.

வாசல் வரை வந்தவர்கள் அப்படியே திரும்புவதைப் பார்த்த எஸ்.ஐ. “ஏய் யார்யா அது? வாங்கய்யா உள்ள” என்றழைத்தார்.

இருவரும் திரும்பி உள்ளே வந்தனர்.

அவர்களைப் பார்த்த எஸ்.ஐ “ஓ! நீங்களா... என்ன வேணும்?” என்று கேட்டார்.

“ஒண்ணுமில்ல சார். உங்கள பாக்கலாம்னுதா வந்தோம்.”

“என்ன விஷயமா?”

“இல்ல... முந்தா நேத்து ஒரு கம்ப்ளெயின்ட் கொடுத்தமில்ல”

“ஆமா.. மிஸ்ஸிங் கம்ப்ளெயின்ட் அதானே?”

“ஆமா சார்!”

“ஏய்யா…பாத்தா படிச்சவங்களா இருக்கீங்க. உங்களுக்கு எதுவும் தெரியாதா? கம்ப்ளெயின்ட் கொடுத்த மறுநாளே வந்து கேட்டா என்னத்தய்யா சொல்றது கண்டுபிடிக்க வேணாமா? எங்களுக்கும் டைம் வேணாமா? எங்கெங்க என்னென்ன பண்ண ணுமோ அதெல்லா கரெக்டா பண்ணி வச்சிருக்கு பையன் உள்ளூர்ல இல்லன்னு தெரியுது. எங்கயோ வெளியூர்ல இருக்கான்னு மட்டும் தெரியுது. ஆனா! எங்க இருக்கான்னுதா தெரில. நம்ம டீம் ரெண்டு, மூணு நாள்ல கண்டுபுடுச்சிடுவாங்க. நீங்க ஒண்ணும் கவலப் படாதீங்க. கண்டுபுடிச்ச அடுத்த நிமிஷமே உங்களுக்கு இன்ஃபார்ம் பண்ணிடுவாங்க. அதுவரைக்கும் எங்களுக்கும் கொஞ்சம் டைம் குடுங்க. இப்படி வந்து தொந்தரவு பண்ணாதீங்க” என்று கூற,

“சாரி சார்” என்று ஒருவரையொருவர் பார்த்துக் கொண்டு “நாங்க வர்றோம்” என்று புறப்பட்டனர்.

ஸ்டேஷனை விட்டு வெளியே வந்த தவசி ஞானத்திடம் “நான் சொல்லலே, போனா இப்படித்தா பதில் வரும்னு அவன் நடவடிக்கை எடுத்தான்களா இல்லையான்னு தெரியாது. ஆனா! கேட்டா எடுத்த மாதிரியே பில்டப்பெல்லா குடுப்பான்க” என்று கூற,

“சரி விடு மாப்ள, அவன்க அப்படித்தான்னு எனக்கும் தெரியும். பெரியவர் கேட்டா எஸ்.ஐ.ய பாத்துட்டு வந்தோம்னு சொன்னா கொஞ்சம் நிம்மதியா இருப்பாரு. அவருக்காகத்தா போனதே… வா போலாம்” என்று ஞானம் கூற இருவரும் புறப்பட்டனர்.

அப்போது எதிரில் ஒருவர் வந்தார். வந்தவர் இவர்களிடம் “ஏம்பா நீங்க ரெண்டு பேரும் அந்த அய்யரோட புள்ளைக்கு பிரண்ஸ்ங்க தானே?” என்று கேட்டார்.

யாரோ புதுசா ஒருவன் சம்மந்தமேயில்லாம வந்து கேக்கறானேன்னு பாத்த ஞானம் “எந்த அய்யர்வூட்டு புள்ள”ன்னு கேட்டான்.

“இன்னாபா தெரியாத மாதிரியே கேக்கறியே? அத்தாம்பா அந்த வாத்தியார் அய்யர். அவங்க சம்சாரம் கூட டீச்சரா இருந்தாங்களே.. இப்ப அந்தம்மா கூட இல்ல. செத்துப்போச்சு”

"சரி இப்ப என்ன அதுக்கு?"

"அந்தப் பையன் என்னமோ காணாமப் போயிட்டானாமே?"

"ஆமா!"

"எங்க போயிட்டா?"

"தெரில"

"இன்னாப்பா இது சிநேகிதக்காரங்களா இருந்துட்டு தெரியாதுங்க றீங்களே..."

"ஏய்யா.. காணாமப் போறவன் எங்கிட்ட சொல்லிக்கிட்டா காணாமப் போவான் வழியவுடுங்கயா, வந்துட்டே கேக்கறதுக்கு" என்று தவசி கோவப்பட்டான்.

"சரிபா.. கோவப்படாதே.. தெரிஞ்சு மனுஷன் விஷயம் கேள்விப்பட்டதும் மனசு கேக்கல.. அதா கேட்டே. நீ போப்பா. நான் வர்றேன்" என்றவர் போக,

"இது என்னடா கொடுமையா இருக்கு" என்ற இவர்களும் புறப்பட்டனர்.

"மாப்ள... எங்க போலா?" என்று தவசி கேட்க,

"பெரியவர பாத்துட்டு வரலாம்டா, அவன் வர்ற வரைக்கும் அடிக்கடி அவர கொஞ்சம் பாத்துக்கலான்டா, பாக்கவே பரிதாபமா இருக்கு. நம்மள பாத்தா அவர் மனசுக்கு கொஞ்சம் ஆறுதலா இருக்கும். பயப்படாம இருப்பாரு. நாமளும் ஏதாவது சொல்லி அவரை சமாதானப்படுத்தலாம்" என்று ஞானம் கூற,

அவன் மட்டும் கிடைச்சான்னா, மொத அடி என் அடியாத்தா இருக்கும். அதுவும் சாதாரணமால செருப்பாலயே அடிப்பேன் என்று தவசி கோபப்பட்டான்.

"விடு மாப்ள... நேரம் மனுஷனை ஆட்டிப் படைக்குது வா போலாம்..." என்றிருவரும் பெரியவர் வீட்டை நோக்கி நடந்தனர்.

❖

14

தவசியும், ஞானமும் சொன்னதற்காக இரண்டு நாள் பொறுத்த திருமேனி மூன்றாவது நாள் தான் சொன்னது போல் பத்திரிக்கையில் அனொவுன்ஸ் செய்து விட்டார். தன் மகனைக் கண்டுபிடித்து தருவோர்க்கு 20 லட்ச ரூபாய் மதிப்புள்ள தன் வீட்டை தருவதாகச் செய்தி வந்தது.

தவசியும், ஞானமும் இதைப் பார்த்து அதிர்ச்சியடைந்து விட்டனர்.

“என்னடா மாப்ள.... பெருசு சொன்ன மாதிரியே செஞ்சிடுச்சு?” என்று ஞானம் கூற,

“அதா மாப்ள... எனக்கும் ஷாக்கா இருக்கு” என்று தவசி கூற,

திருமேனி தந்த அனொவுன்ஸ்மென்ட் திக்கெட்டும் தீயாய் பரவியது. மக்களிடையே ஒரு பேசும் பொருளானது.

“என்னடா இது. புள்ளைங்களை தொலைச்சவன்க லட்சக் கணக்குலயும், கோடிக்கணக்குலயும் தர்றான்க இருக்கிற வேலை யவுட்டுட்டு, கையில பேப்பரை வச்சுகிட்டு, தொலைஞ்சவன்களை தேடிப் புடிச்சாலே போதும் நாம கோடீஸ்வரன்களாயிடலாம்

போல'' என்று மக்கள் கமெண்ட் அடித்தனர்.

திருமேனியின் உறவினர்கள் அனைவரும் கூட அதிர்ச்சி யடைந்தனர். "இந்த மனுஷனுக்கென்ன பித்து கித்து புடிச்சிருச்சா? யாராவது இப்படி ஒரு காரியத்த பண்ணுவானா? இருபது லட்ச ரூபா வீட்டைத் தர்றேன்னுயில்ல அனொவுன்ஸ் பண்ணியிருக்கார். அப்படியே யாராவது கண்டுபுடிச்சி குடுத்தா ஒரு ஆயிரமோ, பத்தாயிரமோ கொடுக்கலாமில்ல. அதுவே பெரிய அமொவுன்ட். இத்தன வருஷம் டீச்சர் வேலை செஞ்சு புள்ளைங்ககிட்ட மாரடிச்சி குருவி மாதிரி புருஷனும், பொண்டாட்டியும் சேத்து வச்சு வாங்கன சொத்து இல்ல அது. அதக் கொண்டு போய் யாரோ கண்டுபுடிச்சி தர்றவங்களுக்கு கொடுத்துட்டா, அப்புறம் புள்ளைக்கு என்ன தருவாரு? கொஞ்சமாவது முன்ன பின்ன யோசிக்க வேணாமா? இப்படி எதையும் யோசிக்காம தத்து பித்துன்னு எதையாவது பண்ணிடறதா? நம்மகிட்டயெல்லா ஒரு வார்த்த கேட்டிருந்தா வேற மாதிரியான ஐடியாவக் குடுத்திருப்போமில்ல. என்ன மனுஷனிவரு?''

"இது இவரா பண்ணல...''

"வேற?''

"ஒரு வீணாப்போன எம்.எல்.ஏ ஒருத்தன் அவன் புள்ளைய தொலைச்சுட்டான். தொலைஞ்சவன கண்டுபுடிச்சி தர்றவங் களுக்கு ஒரு கோடி ரூபா தர்றேன்னு சொன்னான். பேப்பர்ல கூட வந்துதே. நீ பாக்கலியா? அதப் பாத்துட்டுதா இவரு இந்த வேலைய பண்ணியிருக்காரு.''

"யாரு அந்த வெளங்காதவன்?''

"எவனோ ஒரு பழைய எம்.எல்.ஏ''

"அவன் அரசியல்வாதி கணக்கு வழக்கில்லாம அவங்கிட்ட காசு புழுத்து போயிருக்கும். அதுல இருந்து கொஞ்சம் எடுத்துக் கொடுத்தா, அவன் ஒன்னும் குறைஞ்சுட மாட்டான். இவரு என்ன அரசியல்வாதியா?'' என்று உறவினர்கள் அவரை திட்டியபடி பேசிக் கொண்டனர்.

இந்த விஷயம் குறித்து நிறைய பேர்கள் அவருக்கு போன் செய்து துக்கம் விசாரித்தபடி எதுக்கு இந்த வேலை? என்று கேட்க ஆரம்பித்தனர்.

தொடர் போன் கால்களின் தொல்லையால் டென்ஷனுக்கு ஆளான திருமேனி அதை சுவிட்ச் ஆஃப் செய்து தூக்கிப் போட்டார்.

பீரோவைத் திறந்து வீட்டின் டாக்குமெண்டை தேடி எடுத்து, அதை மனைவியின் போட்டோ முன் வைத்து வணங்கினார்.

போட்டோவில் எப்போதும் சிரித்த முகத்துடன் இருக்கும் மனைவியின் முகம் இன்று ஏனோ கொஞ்சம் வித்தியாசமாகத் தெரிந்தது.

❖

15

எக்ஸ் எம்.எல்.ஏ துரைசாமி கொடுத்த அனொவுன்ஸ்மென்டைத் தொடர்ந்து அதே போல் திருமேனி கொடுத்த அனொவுன்ஸ்மென்ட் பெரும் அதிர்வை ஏற்படுத்தியது. தமிழ்நாடு மட்டுமல்ல வெளி மாநிலங்களிலும் இந்தச் செய்தி பேசும் பொருளானது. மக்கள் மத்தயில் இது பரவலாகப் பேசப்பட்டது சிலர் நக்கல் நையாண்டி செய்தாலும் பலர் அதைப் படித்து பரிதாபப் பட்டனர்.

தவசியும், ஞானமும் கலங்கிய கண்களுடன் உட்கார்ந்திருந்தனர் கையில் பேப்பருடன்.

“என்ன மாப்ள இது? பாக்கவே கஷ்டமா இருக்கு. இவன் ஏண்டா இந்த வேலைய பண்ணி, பாவம் அந்த மனுஷனை சாகடிக்கிறான்” என்று ஞானம் பரிதாபப்பட்டான்.

“அறிவுள்ளவன் எவனும் இந்த மாதிரி வேலைய பண்ணமாட்டான். நகத்துல கிள்ளிப் போட வேண்டிய விஷயத்தை, கோடாரி கொண்டாந்து வெட்ன மாதிரி இல்ல பண்ணிட்டான்” என்று தவசி கூற,

“அந்த மனுஷனை பாக்கவே பரிதாபமா இருக்குடா. இவன் வர்றதுக்குள்ள அவுர் செத்துடுவாரு போல இருக்கு”

“ஆமா... ஆம...நீ சொல்ற மாதிரிதா நடக்கப் போவது”

செய்தியைப் பார்த்து யாராவது மகனைக கண்டுபிடித்து கூட்டி வருவார்கள் என்ற எதிர்பார்ப்புடன் வாசல் மீது விழி வைத்து பார்த்துக் கொண்டிருந்தார் திருமேனி.

திருமேனி கொடுத்த செய்த வந்த மறுநாளே எம்.எல்.ஏ. மகன் கிடைத்து விட்டான் என்ற செய்தியும் பேப்பரில் வந்தது.

ஆனால் கிடைத்தவன் உயிருடன் அல்ல பிணமாக என்று தொலைக்காட்சியில் அந்தச் செய்தியைப் பார்த்த திருமேனி பெரும் அதிர்ச்சிக்கு ஆளானார். ஒருவேளை தன் மகனும் அது போல் கிடைத்தால்? என்று பயந்தார் அழுதார்.

நேரத்திற்கு தவசியும், ஞானமும் அங்கு வந்தனர். அவர்களைப் பார்த்ததும் உடைந்து அழுதார் திருமேனி.

எந்த வகையில் அவரை சமாதானப்படுத்துவது என்று தெரியவில்லை இருவருக்கும்.

அவர் அழுவதைப் பார்த்து இவர்களின் கண்களும் கலங்கியது.

❖

16

இன்று தொழிலுக்குப் போகாமல் வீட்டிலேயே உட்கார்ந் திருந்தார் திருக்கசாமி. வாரத்தில் ஒரு நாள் அதாவது வெள்ளியோ, சனிக்கிழமையோ ஓய்வெடுத்துக் கொள்வது அவர் வழக்கம் காரணம் அந்த இரண்டு நாட்களில் மட்டும் மீன் வியாபாரம் கொஞ்சம் டல்லடிக்கும் என்பதால்,

துணிகளைத் துவைக்க ஆற்றுக்குப் போகத் தயாரானாள் இரண்டாவது மகள். எல்லாத் துணிகளையும் எடுத்து போட்டுக் கொண்டு, அத்துடன் அங்கிருந்த தந்தை வேட்டி, துண்டு, சட்டை இவைகளையும் எடுத்துக் கொண்டாள். சட்டையின் பாக்கெட் டினுள் கையை விட்டாள். அதில் சில சில்லரைக் காசும், நாலைந்து 'டிங்லா' சீட்டுகளும் இருந்தன. அதைப் பார்த்ததுமே அவள் முகம் மாறியது.

இந்த 'டிங்லா' சீட்டு என்றால் என்ன? அதைப் பார்த்ததும் அவள் முகம் மாறக் காரணம் என்ன? டிங்லா... ங்கிறது ஒரு வகையான சூதாட்டம். மரத்தடியில சீட்டாடுறது போல சாதாரணமாக ஆரம்பிச்ச ஆட்டம் தான் அது. இன்னைக்கு என்ன டான்னா ஆலமரம் போல விழுதுவுட்டு, அந்த விழுது ஆழமா பூமிக்குள்ள

ஏறங்கன மாதிரி மக்கள்கிட்ட இது இறங்கிடுச்சு.

இந்த ஆட்டத்தோட பேரு ‘டிக்கோலா’ அதுவேதா பின்னாடி டிங்லான்னு சுருங்கிடுச்சு. இந்த டிங்லா ஆட்டத்த வெளிநாட்டுல இருந்து வந்த வெள்ளைக்காரர் ஒருத்தர் இத பரப்பிட்டுப் போயிட்டாரு. அது சாதாரணமா புள்ளைங்களோட விளையாடற விளையாட்டுதான். குடும்பத்தோட வீட்ல எல்லாரும் சகஜமா விளையாடிக்கிட்டிருந்த விளையாட்ட சூதாட்டமா மாத்திட்டாங்க நம்பாளுங்க.

அந்த விளையாட்டு எப்படின்னா... 10 ரூபாய்ல இருந்து 100, 200ன்னு ஆரம்பிச்சி 500 வரைக்கும் பெட் கட்டி ஆடுவாங்க. ஒரு துண்டு சீட்ல 12 நம்பருங்க பிரிண்ட் பண்ணியிருக்கும். அதாவது 100 நம்பருக்குள்ள இருக்கும். வரிசையா இருக்காது, மாறி மாறி இருக்கும். நாம எவ்வளவு பெட்கட்றமோ அந்த அமொவுன்ட்டுக்கு சீட்ட வாங்கிக்கலாம் அந்த அமொவுன்ட்ல ஒரு இருபது, முப்பது பேர் சேர்ந்ததும், ஆட்டத்த ஆரம்பிப்பாங்க. 50 ரூபாய் கொடுத்து சீட்டு வாங்கனா இருபது பேருக்கு எவ்வளவு அமொவுன்ட் ஆச்சு? பத்தாயிரம் ஆச்சா? இந்த பத்தாயிரத்துக்கு ஒரு ஆட்டம் ஆரம்பம் ஆவும். ஒரு பெட்டியில நூறு லூடோ காயின்களை 100 நம்பர் பிரிண்ட் பண்ணி இருக்கும். அந்த ஆட்டத்த நடத்தறவன் பெட்டியில இருக்கிற லூடோ காயின்களை குலுக்கி அதுல இருந்து ஒன்னை எடுத்து, அதுல இருக்கிற நம்பரைச் சொல்லுவான். உதாரணத்துக்கு 22ம் நம்பர் வருதுன்னு வச்சுக்கங் அந்த நம்பர் யார்கிட்ட இருக்கிற சீட்ல இருக்கோ, அவங்க என்கிட்ட இருக்குன்னு சொல்லிட்டு அந்த நம்பர் மேல ஒரு ஓட்டையப் போட்டுக்கணும். அவன் அந்த காயினை தனியா எடுத்து வச்சுட்டு மீதிய குலுக்குவான். இப்படியே அவன் நம்பருங்களச் சொல்லிக்கிட்டே வருவான். ஆட்டம் ஆடறவங்க ஓட்டைப் போட்டுக்கிட்டே வரணும். சீட்ல இருக்கிற மொத்த நம்பர்களும் ஓட்டையால ஃபுல்லாயிடுச்சுன்னா, அவங்களுக்கு அந்த பத்தாயிரம் கிடைக்கும். ஆட்டத்த நடத்தறவன் அவன் மிஷனை எடுத்துக்கிட்டு மீதிய தருவான். ஏறக்குறைய இதுவும் குதிரைப் பந்தயம் மாதிரிதான், இங்க கார்ட்ஸ் ஆடறவங்களெல்லாம் கிடையாது. அதுக்கு பதில் இந்த ‘டிங்லா’ தான். நம்ம திருக்கசாமிக்கும் இதுல பழக்கம் உண்டு.

வாரத்துக்கு ஒருநாள் வந்து, ரெண்டு மூணு ஆட்டம் ஆடிட்டு, இருக்கிற உட்டுப் போவாரு.

என்னைக்காவது ஒரு பெரிய தொகை அடிச்சா, அதுல அவரோட பிரச்சனையெல்லாம் தீரும்ங்கிறது அவர் கனவு. ஆனா கனவுதா பலிச்சபாடாயில்ல.

இந்தச் சீட்டுகளைப் பாத்த மகளுக்கு கோபம் கொஞ்சம் உச்சந் தலையில் ஊஞ்சல் கட்டியது. அதே கோவத்துடன் அப்பனிடம் வந்தாள்.

“ஏப்பா... உனக்கு எத்தனை தடவ சொல்றது இத ஆடாதேன்னு கஷ்டப்பட்டு சம்பாதிக்கிறத பாதி கள்ளுக்கடைக்கும், மீதிய இதுக்கும் மொழி எழுதிட்டு வந்தா, எப்படிப்பா நம்ம கஷ்டம் தீரும்” என்று கேட்டாள்.

“நான் எனக்காக ஆடலம்மா. உங்களுக்காகதா ஆடறேன்” என்று அவர் கூற,

“என்னது எங்களுக்காக ஆடறீங்களா?” என்று அதே கோவத்துடன் கேட்க,

“ஆமாம்மா... என்னைய தப்ப நினைச்சுக்காதே. சூதாடறது என் பழக்கமேயில்ல. நம்ம குடும்பக் கஷ்டம் தீரணும்னுதா ஆடிப் பாக்கறே. என்னைக்காவது ஒரு ஆட்டம் பெருசா அடிச்சுதுன்னா, நம்ம கஷ்டமெல்லாம் தீர்ந்துடுங்கிற நப்பாசைதான் வேற ஒண்ணுமில்ல” என்றார்.

“அய்யோ அப்பா உனக்கெதாவது இருக்கா? நீ இதுவரைக்கும் இதுலவுட்ட காசை சேத்து வச்சிருந்தாலே, நம்ம கடனெல்லா தீர்ந்திருக்கும். அவ்வளவு பணத்த இதுலவுட்டிருக்கே..”

“என்ன பண்றதும்மா பணத்தேவ அப்படி இருக்கு. கடன் வேற கழுத்த புடிக்குது. ஆள் ஆளுக்கு ஆயிரம் பிரச்சனை. ஆயிரந்தேவை. அதயெல்லாத்தையும் பூர்த்தி செய்யணும்னா பணம் தான வேணும். நான் சம்பாதிக்கிற பணம் கடுகு வாங்கவே பத்தமாட்டேங் குதுங்கிறா உங்கம்மா. இதுல கடனை எங்க அடைக்கறது. கடமைய எங்க முடிக்கிறது. கண்ணுக்கு முன்னாடி உன் வயசும் வட்டிக்கு வட்டி போட்டுக்கிட்டுப் போவுது. கட்டிக்கிட்டு வந்தவ கண்ணெதுர்ல நடக்க முடியாம கஷ்டப்படறா. ஒரு காலத்துல நல்ல

வயசுல ஓடி ஓடி சம்பாதிச்சு என்னைய காப்பாத்துனா ஆனா! இன்னைக்கு பாரு குச்சிய ஊனிக்கிட்டு நடக்கறா. என்னால அவளைப் பாக்க முடியலம்மா...'' என்று கண்கலங்க.

"சரிப்பா.. அழாதப்பா... இனிமே நான் எதுவும் கேக்கலே...''

"அதுக்கில்லம்மா நீ கேக்கறதெல்லா நியாயந்தா. தப்பா நீ எதுவும் கேக்கல. உன் கூடப் பொறந்த மூத்தவங்களோட பிரச்சனைய தீர்த்து வைக்க முடியல. உனக்கு கீழ உள்ளதுங்களுக்கு படிக்க வசதியில்ல. ஒரு அப்பன்னா என்னால எதுவும் செய்ய முடியலன்னு நினைக் கிறப்ப மனசும், உடம்பும் ஒன்னா வலிக்குதும்மா. என்னைய என்ன பண்ணச் சொல்ற? எனக்கே நல்லா தெரியுது நான் செய்றது தப்புன்னு ஆனா!'' என்று கண் கலங்கினார்.

''அய்யோ... எதுக்குப்பா கஷ்டப்படறே. நான் தெரியாம கேட்டுட்டே. போங்கப்பா... போய் சாப்ட்டு படுங்க...'' என்று கூற,

அவர் எழுந்து மகளிடம் வந்து "நீ சொன்னது சரிதாம்மா. இதுல உட்டத சேத்து வச்சிருந்தாலே இந்நேரம் மொத்த கடனும் தீர்ந்திருக்கும். இன்னையில இருந்து இந்த ரெண்டு பழக்கத்தையும் உட்டுர்றே. ரெண்டில்ல மூணு''ன்னு பாக்கெட்டிலிருந்து கட்டு பீடியை எடுத்து கசக்கிப் போட்டுவிட்டுப் போனார்.

இவை எல்லாவற்றையும் ஓரிடத்திலிருந்தபடி பார்த்துக் கொண் டிருந்தாள் அவர் மனைவி. துணிகளுடன் மகள் திரும்ப, அங்கே தாய் நிற்பதைப் பார்த்தாள்.

"ஒரு மனுஷனுக்கு உடம்புல எங்கயாவது ஒரு எடத்துல வலின்னா தாங்கிக்குவான். ஆனா உடம்பெல்லா வலியா இருந்தா அத எப்படித்தா தாங்குவான். ஒரு பிரச்சனைன்னா பரவாயில்ல ஒவ்வொன்றும் பிரச்சனைன்னா எந்த மனுஷனாலதா முடியும். என்னைக்கு இதுக்கெல்லா ஒரு விடிவு காலம் வரப் போவுதோ தெரில. அது அந்த ஆண்டவனுக்குதா வெளிச்சம்''ன்னு அவள் வீட்டிற்குள் போனார்.

தாய் தந்தை கவலைகளை மனதில் ஏந்தியபடி அவளும் ஆற்றை நோக்கி நடந்தாள்.

❖

17

கோமதி என்று யாரோ அழைப்பதை உணர்ந்த கோமதி யாரு? என்றபடி வாசலுக்கு விரைந்தாள். அங்கே ரேணுகா நின்றிருந்தாள்.

அவளைப் பார்த்து ஆச்சர்யத்துடன் “ஏய் என்னடி நீ வந்து நிக்கறே? வா... வா... உன்ன எதிர்பாக்கவேயில்ல. என்ன விஷயம்? வா... உள்ள” என்றவளை அழைத்துக் கொண்டு வீட்டினுள் வந்தபடி “இப்படி உக்காரு. என்ன சாப்புர்றே?” என்று கேட்க,

“எதுவும் வேணா. நீ ஃப்ரியா இருக்கியா?”

“இருக்கேன்”

“என்கூட கொஞ்ச வரமுடியுமா?”

“எங்க?”

“கோவிலுக்கு”

“கோவிலுக்கா...?”

“ஆமா!”

“எந்தக் கோவிலுக்கு”

“முருகன் கோவிலுக்கு”

“முருகன் கோவிலுக்கா… என்ன திடீர்னு?”

“வா சொல்றே…”

“சரி இரு… குளிச்சுட்டு வந்துர்றேன்… எங்கம்மா வேற வெளிய போயிருக்கு. போட்டது போட்டிபடியே இருக்கு. இதெல்லாம் கொஞ்ச எடுத்து வச்சுட்டு வர்றேன். இல்லன்னா அது சுத்தும்” என்று கடகடவென எல்லா வேலைகளையும் செய்துவிட்டு, வீட்டைச் சுத்தப்படுத்தி, குளித்துவிட்டு.. “வாடி போலாம்” என்றவளுடன் புறப்பட்டாள் கோமதி.

போற வழியில ரேணுகாவிடம் “என்னடி திடீர்னு கோவிலுக்கு புறப்பட்டே. என்ன ஏதாவது வேண்டுதலா?” என்று கேட்க,

“அப்படித்தா” என்றாள் ரேணு.

“அப்படீன்னா வேண்டிக்கிட்டது நிறைவேறுச்சுன்னு போறியா. இல்ல நிறைவேறணும்னு வேண்டிக்கப் போறியா?” என்று கோமதி கேட்க,

“நிறைவேறணும்னு வேண்டிக்கப் போறே”

“வேண்டிக்கப் போறியா? என்ன வேண்டிக்கப் போறே?”

“அத மத்தவங்ககிட்ட சொல்லக் கூடாது”

“அதுவும் சரிதா. ஆனா! எனக்குத் தெரியும் நீ என்ன வேணடிக்கப் போறேன்னு. உன் ஆளு கிடைக்கணும்னு தானே?”

ரேணுகா பதில் ஒன்றும் சொல்லாமல் அமைதியாகப் பார்த்தாள்.

“நிச்சயம் வருவான்டி. ஏன் கவலைப்படறே. இருந்தாலும் ஆண்டவங்கிட்ட ஒரு கோரிக்கை மனுவையும் போட்டு வை” என்றிருவரும் பேசியடி கோவிலின் அருகில் வந்துவிட்டனர்.

அங்க பாத்தா என்னைக்குமில்லாத அளவுக்கு கோவில்ல கூட்டம் கொஞ்சம் அதிகமாவே இருக்க. அதைப் பார்த்த கோமதி.“என்னடி இது இன்னைக்கென்ன கல்யாண நாளா?” என்று கேட்க,

"இல்லையே" என்றாள் ரேணு.

"அப்புறம் ஏன் இவ்வளவு கூட்டமிருக்கு?"

"தெரியலையே"

"சரி வா.. நீ என்ன பண்ண போறே? அர்ச்சனைத் தட்டு ஏதாவது வாங்கிட்ட வரட்டா?"

"எதுவும் வேணான்டி"

"எதுவும் வேணாம். அப்புறம் எதுக்கு கோவிலுக்கு வந்தே?" என்று கேட்க,

"பிச்சை எடுக்க" என்றாள்.

"என்னது பிச்சை எடுக்க வா" என்று அதிர்ச்சியுடன் கேட்க,

"ஆமான்டி... பிச்சையெடுக்கத்தா மடிப்பிச்ச" என்று கூற,

இதைக் கொஞ்சமும் எதிர்பார்க்காத கோமதி "ஏய்..உனக்கெதுக்குடி இந்த வேலை. இது ரொம்ப அவசியமா உனக்கு?" என்று அழுத்தமாக கேட்க,

"அவசியம் இருக்கிறதாலதா வந்தேன்" என்றாள்.

"என்ன அப்படி ஒரு அவசியம்?"

"திருமுருகன் கிடைக்கணும்"

"இதத்தானே நானும் இப்ப சொன்னே. கிடைப்பான் ஏன் கவலைப்படறே?"

"எனக்காக இல்ல அவங்கப்பாவுக்காக பாவம் வயசான காலத்துல அவர் ரொம்ப கஷ்டப்படறாருன்னு அன்னைக்கு அவரோட ஃபிரண்ட்ஸ்ங்க சொன்னதுல இருந்து எம் மனசே சரியில்ல. எம்மனசாட்சி என்னைக் குத்திக்கிட்டே இருக்கு."

"அதுக்குதா பரிகாரம் தேட வந்தியா?"

"ஆமா!"

"நீ மடிப்பிச்சை எடுத்துட்டா, அவன் வந்துடுவான்னு எப்படி நம்பறே?"

“அவன் வர்றானோ இல்லையோ இந்த நிலம வந்ததுக்கு நானும் ஒரு காரணந்தானே? எம்மனசாட்சிக்கு பயந்து நான் ஆண்டவங் கிட்ட மன்னிப்பு கேக்கணும் அதுக்காகத்தா.”

“இதுல உன் தப்பு என்னடி இருக்கு, அது அவங்க ரெண்டு பேருக் குண்டான பிரச்சனை.”

“கதைக்கு நாயகியே நான்தானே. எங்க கல்யாணப் பேச்ச எடுக்கப் போயிதானே பிரச்சனையே வந்திருக்கு. அப்படி இருக்கும்போது பிரச்சனையில எம் பங்கு இல்லன்னு எப்படி சொல்றே?”

“அதுக்கில்லடி… நான் என்ன சொல்ல வர்றேன்னா”

“நீ எதுவும் சொல்ல வேணா…”

“இல்லடி இதெல்லா வயசானவங்க அவங்க கஷ்டத்துக்கு மடிப் பிச்சை எடுப்பாங்க. வயசுப் பொண்ணு நீ மடிப்பிச்சை எடுத்தா நல்லாவா இருக்கும். எல்லாரும் உன்னைய வேடிக்கைதா பாப்பாங் களேத் தவிர, பரிதாபப்பட மாட்டாங்க. பாக்கறவங்களுக்குக் கிண்டலாப் போயிடும். வேணான்டி… வேணும்னா அங்க பிரதட்ஷணம் பண்ணு. அதுக்கு வேணா நான் உதவி பண்றே” என்றாள்.

அவன சொன்னதைக் கேட்டு ரேணுகா பதில் எதுவும் சொல்லாமல் அமைதியாக அவளைப் பார்த்து விட்டு “ஒன்னு செய்” என்றாள்.

“என்ன?” என்று கோமதி கேட்க,

“நீ இங்கயே நில்லு. நான் அங்க போய் நிக்கறே” என்றாள்.

“அதுக்கில்லடி”

“நீ சொன்னதும் நியாயந்தா. அந்த நியாயத்த உனக்கு வேணா வச்சுக்க. எனக்கு வேணா நான் அங்க போறே. நீ இங்கயே எங்க யாவது நிழல்ல உக்காரு” என்றவள் போக,

“இருடி நானும் வர்றே…” என்று கூற,

“வேணா… வேணா… நீ இங்கயே இரு” என்று கோமதியின் பேச்சைக் காது கொடுத்து கேக்காம விறுவிறுன்னு போய் கோவில் வாசலில் மடியேந்தி நின்று விட்டாள்.

"என்ன இவ இப்படி கோவிச்சுக்கிட்டா" என்று அவளைப் பரிதாபமாகப் பார்த்தபடி மெதுவாக அவளை நோக்கி நடந்தாள்.

பக்தர்கள் சிலர் காசு போட்டுப் போயினர். சிலர் ரேணுகாவின் முகத்தை நிறுத்தி நிதானமாகப் பார்த்தபடி காசு போடாமல் போயினர்.

அதில் இரண்டு பெண்கள். "ஏக்கா இன்னா இது?" என்று கேட்டாள்.

"எதுடி?" என்று அடுத்தவள் கேட்க,

"வயசுப்புள்ள மடிப்பிச்ச எடுக்குது"

"ஏன் எடுக்கக் கூடாதா?"

"எடுக்கலாம். ஆனா! ரொம்ப சின்ன வயசா இருக்கு, பாத்தா கல்யாணம் ஆகாத மாதிரியுமா தெரியுது"

"பாவம் ... இந்தச் சின்ன வயசுல அதுக்கென்ன கஷ்டமோ.. யார் கண்டா..."

"ஆமா... ஆமா.. நீ சொல்றதும சரிதா வர்ற கஷ்டமெல்லா வயச பாத்தா வருது. அதுக்கென்ன கஷ்டமோ"

"வாடி நம்ம கஷ்டமே நமக்குப் பெருசா இருக்கு" என்றிருவரும் போகின்றனர்.

எதேச்சையாக அந்தப் பக்கமாக வந்த ஞானம் ரேணுகா நின்றிருப் பதைப் பார்த்து விடுகின்றான்.

"மாப்ள அங்க நிக்கறது திருமுருகன் ஆள்தானே?" என்று ஞானம் தவசிக்கி காட்டி கேட்க.

"ஆமாண்டா.." என்றான் தவசி.

"என்ன மடியேந்தி நிக்குது"

"ஏதாவது வேண்டுதலா இருக்கும்"

"பக்கத்துல நிக்கறது அதும் ஃபிரண்டுதானே?"

"ஆமா!"

எதேச்சையாக கோமதியும் திரும்ப அவளும் இவர்களைப் பார்த்து விடுகிறாள்.

"அய்யய்யோ... இவங்க வேற இங்க வந்திருக்காங்களே இந்த நேரத்துல இவ வேற இப்படி" என்று நினைக்க, "டேய் கொஞ்ச முன்னாடி போய், யாருக்கும் தெரியாம ஜாடையா அந்தப் பொண்ணை இப்படி வரச் சொல்லு" என்று ஞானம் தவசியிடம் கூற,

"இரு மாப்ள வர்றே" என்று தவசி மெல்ல நகர்ந்தான்.

கோமதியைப் பார்த்த தவசி அவளை இந்தப் பக்கமாக வரும்படி அழைத்தான்.

"ஏய்.. கொஞ்ச இருடி வந்துர்றே" என்று அங்கிருந்து வந்தாள் கோமதி.

"என்னம்மா இது அந்தப் பொண்ணு இங்க வந்து இப்படி நிக்குது?" என்று ஞானம் அவளிடம் கேட்டான்.

"அதையேங்க கேக்கறீங்க" என்று அவள் மடிப்பிச்சை எடுக்கும் காரணத்தை சொன்னாள் கோமதி.

"மாப்ள என்னடா இது கொடுமையா இருக்கு பாக்கவே கஷ்டமா இருக்கு. இந்த புள்ளைக்கு எதுக்குடா இந்த வேலை" என்று ஞானம் கேட்க,

"எல்லா அந்த சனியன் புடிச்சவனாலதா மூதேவி எங்க போய் தொலைஞ்சானோ வந்துத் தொலைய மாட்டேங்கிறான்" என்று தவசி கூற,

"சரிம்மா.. நீ போ எங்கப் பாத்ததா அதுங்கிட்ட சொல்லாத" என்று கூற,

"வர்றங்க" என்றவள் போனாள்.

"இந்தக் காதலு கத்திரிக்கா, இந்தக் கருமம் எல்லா எதுக்குடா அவன் ஒருத்தனால எத்தனை பேருக்கு கஷ்டம் பாரு" என்று ஞானம் கூற

"வாடா போலாம்... நமக்கு நெறைய வேல இருக்கு" என்றிருவரும் புறப்பட்டனர்.

❖

18

எப்பவும் அதிகாலை ஐந்து மணிக்கெல்லா எழுந்து கொள்ளும் திருக்கசாமி இன்னைக்கு என்னமோ ஏழு மணி வரைக்கும் தூங்கிக் கொண்டிருந்தார்.

எப்பவும் இப்படி தூங்காத அப்பனைப் பார்த்த மகள் "அப்பா... அப்பா.. என்ன இவ்வளவு நேரமா படுத்துக்கிட்டிருக்கே தொழிலுக்குப் போவலியா?" என்று தந்தையை தட்டியெழுப்பினாள்.

"ம்..." என்றபடி மலைப்பாம்பு அசைவது போல் மெல்ல அசைந்தார்.

"என்னப்பா உடம்புக்கு ஏதாவது சரியில்லையா" என்று மகள் கேட்க,

"இல்லம்மா... எனக்கேத் தெரியாம ஒய்யாறமா தூங்கிட்டே" என்றெழுந்தவர் கடகடவென்று வேலை முடித்துக்கொண்டு வேக வேகமாக தொழிலுக்கு புறப்பட்டார்.

காலையிலேயே வெயில் கொஞ்சம் வெளுக்க ஆரம்பித்து விட்டது.

வெப்பத்தைப் பார்த்த திருக்க "இன்னா இது காலையிலேயே இந்த

கொளுத்து கொளுத்தது. இன்னைக்கு பொழப்பு அவ்வளவுதானா!" என்று யோசனையுடன் வலையைப் போட்டார்.

போட்ட வலைக்கு புள்ளையார் சுழி கூட விழவில்லை.

"இது வேலைக்காவாது" என்று அந்த இடத்தை விட்டு கொஞ்சம் தள்ளிப் போய் அங்கு வலை போட்டுப் பார்த்தார்.

அங்கும் ஆண்டவன் நியாயம் செய்யவில்லை.

இப்படியே இரண்டு மூன்று இடங்களை மாற்றி மாற்றி வலை போட்டு பார்த்தார். குழம்புக்குக் கூட தேறவில்லை.

"இன்னைக்கு விதிச்சது இவ்வளவுதா போல. நாம லேட்டா வந்தது நம்ம தப்பு. கடைய கட்டுவோம்" என்று கடைசி வலையை இழுத்தார்.

இழுப்புக்கு வலை வரவில்லை.

"என்னது வலை வரமாட்டேங்குது. ஏதாவது பெருசா மாட்டிக்கிச்சா. இங்க அவ்வளவு பெரிய மீனெல்லா இல்லையே. அப்படி பாத்தா ஏன் இவ்வளவு வெயிட்டா இருக்கு"ன்னு யோசிச்சபடி ரெண்டு மூணு தடவ தம்கட்டி இழுத்துப் பார்த்தார்.

சிறிய பாரத்துடன் சாதாரணமாக இழுப்புக்கு வரும் வலை இன்று ஏனோ பெரிய பாரத்தைக் காட்டவே, என்ன செய்யலாம் என்று யோசித்தபடி சுற்றும், முற்றும் பார்த்தார்.

தொழிலை முடித்துக் கொண்டு இரண்டு மோட்டார் படகுகள் அங்கே கரைக்குப் போய்க் கொண்டிருந்தன.

இரண்டு படகிலும் இருவர் இருவர் இருக்கவே, அவர்களை கைத் தட்டி அழைத்தார்.

"என்னண்ணே...?" என்று அவர்கள் அங்கிருந்தபடியே கேட்டனர்.

"டேய் கொஞ்ச இங்க வாங்கடா. வலை வரமாட்டேங்குது" என்று கூற,

"ஏண்ணே?" என்றவர்கள் கேட்க,

தெரிலடா.. ஏதோ பெருசா மாட்டியிருக்குன்னு நினைக்கறே என்று திருக்க கூற,

"சரி இரு வர்றோம்" என்று இரண்டு படகுகளும் திருக்கையிடம் வந்தது.

வந்தவர்களில் இருவர் திருக்க கட்டுமரத்திற்கு தாவி வலையை இழுத்தனர். அப்பவும் வலை பாரமாக இருந்தது.

"என்னண்ணே.... இம்புட்டு பாரமா இருக்கு"

"அதத்தான சொன்னே..."

"நீயும் ஒரு கைபுடி" என்று மூவருமாகச் சேர்த்து இழுத்தனர்.

வலை இப்போ மெல்ல அசைந்து இழுப்புக்கு வந்தது.

வலையில் ஏதோ ஒன்று வித்தியாசமாக இருப்பதை மூவரும் பார்த்தனர்.

"திருக்கண்ணே... இது மீன் மாதிரி தெரிலண்ணே. ஏதோ பெரிய ஆமை மாதிரி தெரியுது" என்று கூற,

"டேய் குதிச்சு பாரு" என்று திருக்க கூற,

"இரு வர்றே" என்றபடி அவன் நீரில் குதித்துப் பார்த்தான்.

பார்த்தவன் பார்த்த வேகத்திலேயே படக்கென்று மேலே வந்து "அண்ணே! ஆமை கூட இல்ல. அது ஏதோ பொணம் மாதிரி தெரியுது" என்றான்.

"என்னது பொணமா?" என்று அதிர்ச்சியுடன் கேட்க,

"ஆமாண்ணே" என்று கூற,

"இன்னாடா இது புதுசா இருக்கு நல்லா பாத்தியா?" என்று கேட்க,

"அட நீ வேற, நல்லா பாத்ததால தான சொல்றே. வேணுன்னா நீ வந்து பாரு" என்று கூற,

"இர்ரா, வர்றே.." என்று திருக்க பொத்தென்று நீரில் குதித்தார்.

நீருக்குள் முங்கிப் பார்த்து மேலே வந்தவர் “டேய் இவன் சொன்னது சரிதான்டா. அப்படியே உங்க போட்ல வலைய கரைக்கு இழுத்துட்டுப் போங்கடா” என்று கூற,

வலையை மோட்டார் போட்டில் இழுத்துக் கொண்டு அனைவரும் கரைக்குப் போயினர்.

கரையிறங்கியவர் சேரும் சகதியுமாக மனித உடல் ஒன்று இருப்பதைப் பார்த்தனர்.

அவ்வளவுதான் அந்த நிமிடமே ஊர் முழுவதும் விஷயம் பரவி, பெருங்கூட்டமொன்று கரையில் கூடிவிட்டது.

மக்கள் வியப்புடனும், அதிர்ச்சியுடனும் வேடிக்கைப் பார்த்தனர்.

“ஏப்பா.. இது தற்கொலை கேசு. மொதல்ல போலீஸீக்குப் போனை போடுங்கப்பா” என்று ஒரு பெரியவர் கூற,

போலீஸீக்கு உடனே தகவல் போயிற்று

உடனே அந்த இடத்திற்கு போலீஸ் வந்தது. பிரஸ்களும், ஊடகங் களும் கூட வந்துவிட்டன. திருக்கையிடமும், மற்றவர்களிடமும் விசாரணை நடந்தது.

என்ன நடந்ததோ அவர்கள் அதை அப்படியேச் சொன்னார்கள்.

பிணத்தைப் பார்த்த ஊர்மக்கள் “இது நம்மூர் ஆள் இல்ல. யாரோ வெளியூர்காரன் மாதிரி தெரியுது” என்று உறுதி செய்தனர்.

போலீஸ் பிணத்தைப் போஸ்ட்மார்டத்திற்கு கொண்டு போனது.

❖

19

சிட்டிக்குள் அறுபது மைல்ஸ் ஸ்பீடுல ஞானத்தின் டூவீலர் தவசி வீட்டை நோக்கி பறந்து வந்தது. கையில் பையுடன் கடைக்குப் புறப்பட்ட தவசி ஞானம் வருவதைப் பார்த்து அப்படியே நின்றான்.

பைக் வேகமாக அவன் எதிரில் வந்து நிற்க, "டேய் மாப்ள விஷயந் தெரியுமா? திருமுருகன் செத்துட்டான்டா" என்றான் எந்த லீடும் இல்லாமல்.

"என்னடா சொல்றே. திருமுருகன் செத்துட்டானா?" என்று அதிர்ச்சியுடன் தவசி கேட்க, "ஆமான்டா" என்றான் ஞானம்.

"உனக்கெப்படி தெரியும்?"

"காலையில டி.வி.யில நியூஸ்ல பாத்தன்டா."

"எந்த டி.வி.யில?"

"சன் நியூஸ்ல"

"என்ன பாத்தே?"

"தேவநாதபுரம்னு ஒரு ஊர்ல ஆத்துல உழுந்து சூசைடு பண்ணி யிருக்கான்"

"டேய் அவந்தானா கரெக்டா பாத்தியா?"

"என்னடா இப்படி கேக்கறே. அவன் இன்னா நேத்து சிநேகிதமான வனா? இத்தனை வருஷம் பழகின எனக்கு அவன் மூஞ்சி தெரியாது. சத்தியமா அவந்தான்டா"

"அவன் ஃபேஸை காட்னாங்களா?"

''காட்னாங்க. தண்ணியல இருந்ததால மொகம் கொஞ்சம் உப்பியிருந்துச்சு''

"டேய் அது அவனா இருக்காதுடா"

"உன்ன மாதிரி நானும் சந்தேகமாய் பாத்தே. ஹன்டரடுபர்சன்ட் அது அவனேதா" என்று ஞானம் கூற, தவசிக்கு தன்னையறியாமல் கை கால்கள் ஆட ஆரம்பித்தது.

"மாப்ள... இப்ப என்னடா பண்றது?" என்று கேட்க, ஞானத்திற்கும் என்ன சொல்வதென்று தெரியாமல் அமைதியாகவே இருந்தான்.

"இரு வர்றேன்" என்று சட்டையை மாட்டிக் கொண்டு ஞானத் துடன் புறப்பட்டான் தவசி.

இருவரும் ஒரு பெட்டிக் கடைக்கு வந்தனர். அன்றைய நியூஸ் பேப்பர்களில ஒன்றை வாங்கிப் படித்தனர். அதில் தெளிவாக திருமுருகன் படம் போட்டு செய்தி இருந்தது. இருவரும் மாறி மாறி படித்தனர்.

"இவன் எதுக்குடா அந்த ஊருக்குப் போனான்?" என்று ஞானம் கேட்க,

"மனசு குழப்பத்துல ஊர் ஊரா சுத்தியிருக்கான் போல" என்றான் தவசி.

"என்னடா இவன் இப்படி பண்ணிட்டான். எப்பிர்ரா இத பெரிய வருக்கு சொல்றது? அவரால இத எப்படி தாங்க முடியும்"

"இந்த வயசான காலத்துல அவர அனாதையாக்கிட்டானே பாவி மனுஷ என்ன பண்ணுவாரு பாவம்"

"அவன் தற்கொலை பண்ணிக்கிட்டு அவரை கொலை பண்ணிட் டான்டா"

"அவன் செத்ததவுட, அவர நெனச்சாதான்டா ரொம்ப கஷ்டமா இருக்கு. எனக்கே கை கால் எல்லா நடுங்குது. பிரஷர் ஏறிடுச்சு.

வேர்த்து கொட்டுது பாரு'' என்று அங்கேயே பிளாட்பாரத்தில் உட்கார்ந்து விட்டான் தவசி.

"மாப்ள.. டீ சாப்புரிறியா? இரு வாங்கியாரே.."ன்னு பக்கத்து டீ கடையில டீய வாங்கிட்டு வந்தபடி "இந்தாடா சூடா குடி"ன்னு கொடுத்தான்.

அந்த டீயை வாங்கிய தவசியின் கைகள் உதறியபடி இருப்பதைப் பார்த்த ஞானம் "என்னடா கையெல்லா இப்படி ஆடுது'' என்று கேட்க,

"என்னையறியாம ஆடுதுடா. ஸ்கூல்ல இருந்து ஒன்னாவே படிச்சோம். ஒரே பெஞ்சுலதா உக்காந்திருந்தோம். மூணு பேரும் ஒன்னா உக்காந்துதா சாப்டோம். ஒன்னாவே போவோம், ஒன்னாவே வருவோம். மூணு பேருமே நல்ல மார்க் வாங்கி பாஸ் பண்ணோம். லைப்ல செட்டில் ஆனோம். இன்னைய வரைக்கும் ஒன்னாவே இருந்தோம். பாக்கறவங்க பொறாமை படற அளவுக்கு எந்த மிஸ்அண்டர்ஸ்டேன்டிங்கும் இல்லாம இருந்தோம். நம்ம ரெண்டு பேருமாவது சண்டை, அது இதுன்னு எதையாவது தைரியமா பண்ணுவோம். இவங் கோழையிலயும் கோழை அப்படி ஒரு கோழையா இருந்தவன். எந்த வம்பு தும்புக்கும் போவாதவன். இவன் ஏன்டா இப்படி பண்ணிட்டான். நாம எல்லா புடுங்கறதுக்கா இருக்கோம். நம்மகிட்ட ஒரு வார்த்த சொல்லியிருந்தான்னா இத எப்படி டீல் பண்ணணுமோ அப்படி டீல் பண்ணியிருப்போமில்ல. என்னடா இது கொடுமையாப் போச்சு'' என்று தவசி கண் கலங்கியபடி கூற,

எதுவும் பேச முடியாமல் நின்ற ஞானத்தின் கண்களும் கலங்கியது.

"இப்ப என்னடா பண்றது?" என்று தவசி கேட்டான்.

"எப்படியிருந்தாலும் பெரியவருக்கு சொல்லிதான ஆகணும் வா போலா''

"எப்படி சொல்றது?"

"வா...பாத்துக்கலாம்'' என்று ஞானம் கூற,

இருவரும் புறப்பட்டனர்.

❖

20

பெரியவருக்கு எப்படி விஷயத்தைச் சொல்வது எப்படி அவரை சமாளிப்பது என்ற யோசனையில் வண்டியை ஓட்டிக் கொண்டு வந்த ஞானம் ஒன்றிரண்டு இடங்களில் சிறிய விபத்தில் சிக்க இருந்தான். அதைப் பார்த்த தவசி “டேய் என்னடா இப்படி ஓட்றே. பாத்து ஓட்டு முடியலன்னா சொல்லு, வண்டிய ஓரமா நிறுத்திட்டு, ஒரு ஆட்டோல போய்க்கலாம்” என்று தவசி கூற,

“இல்ல இல்ல ஒன்னில்ல... வா” என்று ஞானம் அவனுக்கு தைரியம் கொடுக்க, வண்டி திருமேனி வீட்டு வாசலில் வந்து நின்றது.

தவசியும், ஞானமும் ஒருவரையொருவர் பார்த்துக் கொண்டனர். காரணம் பெரியவர் வீட்டுல யாரோ பத்து பேர் கூட்டமாக நின்றிருந்தனர்.

ஒருவேளை பெரியவருக்கு விஷயம் தெரிந்து விட்டதோ என்ற சந்தேகம் இருவருக்கும் வந்தது.

“மாப்ள... என்ன வீட்டு முன்னாடி ஒரே கூட்டமாக இருக்கு” என்று தவசி கேட்க, “அதா.. எனக்கும் புரியல” என்றான் ஞானம்.

“ஒரு வேளை நமக்கு முன்னாடியே பெரியவருக்கு விஷயம் தெரிஞ்சிருக்குமோ?”

“அங்க இருக்கற கூட்டத்தப் பாத்தா எனக்கு அப்படித்தா தோணுது”

“சரி... வா.. மெல்ல விசாரிப்போம்” என்று பைக்கை ஓரிடத்தில் பார்க் செய்துவிட்டு வந்தனர்.

கூட்டத்திலிருந்த ஒருவரிடம் தவசி சார் என்ன இங்க கூட்டமா நிக்கறீங்கன்னு கேட்டான்.

“பெரியவரோடு பையன் இறந்துட்டான் சார்” என்றான்.

தாங்கள் நினைத்தது சரியாகப் போயிற்று என்றபடி இருவரும் ஒருவரையொருவர் பார்த்துக் கொண்டு மெதுவாக வீட்டினுள் இருவரும் போக,

“பெரியவரைப் பாக்கலாம்னு”

“அவர் இல்லீங்க..”

“இல்லையா.. எங்க போனாரு?”

“அதையேன் கேக்கறீங்க விஷயத்த கேள்விப்பட்டதும்..”

“எப்படி தெரிஞ்சிது?”

அவங்க சொந்தக்காரங்க மூலமா, விஷயத்த கேள்விப்பட்டதும் மயக்கமாயி உழுந்துட்டாராம் ஹாஸ்பிட்டலுக்கு கொண்டு போய் இருக்காங்க.

“யாரு கொண்டு போனது”

“எல்லா இங்க இருக்கிறவங்கதா”

“எந்த ஹாஸ்பிட்டலு?”

“தெரில. இருங்க கேட்டு சொல்றேன்” என்று இன்னொருவரிடம் கேட்டு வந்து செண்பகா நர்ஸிங் ஹோம்னு சொல்றாங்க என்று சொல்ல,

“மாப்ள வாடா” என்று இருவரும் ஹாஸ்பிட்டலுக்கு புறப்பட்டனர்.

❖

21

என். ஐ.சி வார்டில் திருமேனி இருக்க அவருக்கு ஆக்ஸிஜனை வைத்திருந்தனர்.

ஞானமும், தவசியும் வேக வேகமாக ஹாஸ்பிட்டலுக்குள் ஓடி வந்தனர்.

அங்கே திருமுருகனின் கஸ்ஸின் சிஸ்டர் அவர் கணவர் மற்றும் சில உறவினர்கள் இருந்தனர்.

ஞானத்தையும், தவசியையும் சின்ன வயசுல இருந்தே நல்லா தெரியும் அவளுக்கு.

இருவரையும் பார்த்ததும், “டேய் ஞானம் திரு உங்களவுட்டு போயிட்டான்டா” என்று அழ ஆரம்பித்து விட்டாள்.

அக்கா...அக்கா... என்றபடி இருவரும் இரண்டு கைகளைப் பிடித்துக் கொண்டு அவளைத் தேற்றினர்.

“என்னடா இவன் இப்படி பண்ணிட்டான். எங்கயோ போய் செத்துட்டானேடா. ஏன்டா அப்படி பண்ணா? அக்கா நான் ஒருத்தி

இருக்கேன் ஏதாவது இருந்தா என்கிட்ட சொல்லியிருக்க கூடாதா அங்க பாரு அவரும் சாகப் பொழைக்க கிடக்கறாரு. ஒரு பக்கம் அவன் ஒரு பக்கம் இவரு என்னடா தலையெழுத்து இப்படி ஆயிடுச்சு. எங்களுக்கு என்ன பண்றதுன்னே புரியலடா. நல்ல நேரத்துக்கு வந்தீங்க" என்று கூற,

"அக்கா நாங்க ஜி.எச். சுக்குப் போறோம்" என்று ஞானம் கூற

"இல்லடா இவருடைய அண்ணனும் தம்பியும் அங்கதா போய் இருக்காங்க" என்று கூற,

"அப்படியா சரி இரு பெரியவர பாத்துட்டு வர்றோம்" என்.ஐ.சி வார்டுக்குச் சென்றனர்.

கண்ணாடி வழியாக பெரியவரைப் பார்த்தனர்.

"மாப்ள... என்னடா இது கொடுமை. பாக்கவே கஷ்டமா இருக்குடா. இதையெல்லா கொஞ்சங்கூட யோசிக்காம இப்படி பண்ணிட்டான்" என்று தவசி கூற,

அப்போது டாக்டர் வெளியே வந்தார்.

அவரிடம் தவசி "சார் பெரியவருக்கு எப்படி இருக்கு?" என்று கேட்டான்.

"யாரு?"

"தோ அவர் சார்..."

"ஓ! அவரா! நாளைக்கு காலையில கூட்டி போயிடலாம்"

பயப்படற மாதிரி ஒன்னுமில்லீங்களே.

அதெல்லா ஒன்னுமில்ல வயசாயிடுச்சு இல்ல. ஆஸ்மா வேற கொஞ்ச இருக்கு. அதுக்காகதா வச்சிருக்கோம். காலையில டிஸ்சார்ஜ் பண்ணிர்றே என்றவர் கூற,

"ரொம்ப தேங்க்ஸ் சார்" என்றான் ஞானம்

இருவரும் அக்காவிடம் வந்தனர்.

சரியாக அந்நேரம் அவளுக்கு ஃபோன் வந்தது. நாளை மாலை தான் பாடிய தருவாங்கலாம் என்ற செய்தியுடன்,

சரிக்கா... மத்த வேலையெல்லா நாங்க பாத்துக்கறோம். நாளைக்கு காலையில வந்துர்றோம். இப்ப உங்களுக்கு ஏதாவது சாப்புட வேணுமா... வாங்கிட்டு வரட்டுமா என்று ஞானம் கேட்க,

எதுவும் வேணான்டா... சாப்புர்ற மூட்லயா இருக்கோம் என்றவள் கூற,

"சரிக்கா.. பாத்துக்கா ஏதாவதிருந்தா எனக்கு ஃபோன் பண்ணு. நம்பர் இருக்கில்ல இருக்குடா அதே நம்பர் தானே?"

ஆமா அதே நம்பர்தா அப்ப நாங்க வர்றோம். காலையில நாங்களும் ஜீ.எச்சுக்கு போயிட்டு என்ன ஏதுன்னு பாத்துக்கறோம் காலையில பெரியவர டிஸ்சார்ஜ் பண்றேன்னு டாக்டர் சொல்லிட்டாரு இவர நீங்க பாத்துக்கங்க நாங்க வர்றோம் என்றிருவரும் புறப்பட்டனர்.

❖

22

வயதான காலத்தில் இளவயது மகனுக்கு கொள்ளி வைப்பது போல் ஒரு கொடுமை இந்த உலகில் ஏதுமில்லை.

திருமுருகனின் சாம்பலைக் கடலில் கரைத்து இன்னுடம் மாதம் ஒன்றாகி விட்டது.

ஒரே மகனை இழந்த சோகம் இன்னும் திருமேனியை விட்டுப் போகவில்லை. அவ்வளவு சீக்கிரத்தில் களையும் மேகமாகி விடுமா என்ன அந்தச் சோகம்?

மனைவியை இழந்தபோது அநாதையாக நின்ற திருமேனி மகன் இருக்கிறான் என்ற ஆறுதலோடு கொஞ்சம் சோகங்களை மறந்து வாழ்ந்தார். ஆனால்! தேள் கொட்டிய இடத்துலேயே பாம்பும் கொத்தியதுபோல் கொஞ்சம்கூட கருணையின்றி கழுத்தை அறுத்தான் அந்தக் கடவுள்.

திருமேனி எந்த ஜென்மத்தில் செய்த பாவமோ, இந்த ஜென்மத்தில் கர்மவினை தன் கணக்கைத் தீர்த்தது.

இரண்டு நாட்களுக்கு முன்பு தன் வீட்டிற்கு வரும்படி ஞானத்திற்கு ஃபோன் செய்திருந்தார் திருமேனி.

வேலை நிமித்தமாக வெளியூர் சென்றிருந்த ஞானம் இன்று ஊர் திரும்பியதும் தவசியை அழைத்துக் கொண்டு பெரியவரிடம் வந்தான்.

அவர்களைப் பார்த்தவர் ''வாப்பா ஞானம் வேலையெல்லா முடிஞ்சுதா?'' என்று கேட்டார்.

"எல்லா முடிஞ்சுது அங்கிள்'' என்றான்.

''ஒண்ணுமில்லப்பா நீங்க ரெண்டு பேரும் ஒருநாள் என் கூட கொஞ்சம் வரணும்''

"எங்க அங்கிள்?''

"அதாம்பா அந்த ஊருக்கு''

"எந்த ஊருக்கு அங்கிள்?''

"அந்த தேவநாதபுரத்துக்கு''

"எதுக்கு அங்கிள்?''

"என்னப்பா தெரியாத மாதிரி கேக்கறே. கொடுத்த வாக்க காப்பாத்த வேணாமா. எம் மகனை கண்டுபுடிச்சி தர்றவங்களுக்கு எவ்வீட்ட தர்றேன்னு சொல்லியிருந்தேயில்ல''

"ஆமா!''

''சொன்னபடி தரணுமில்லையா இப்பவே ஒரு மாசமாயிடுச்சு. இன்னுங் காலத்த கடத்தக் கூடாது. அது சத்தியத்த மீறினதாயிடும்''

"வீட்ட கொடுத்துட்டு நீங்க எங்க போவீங்க அங்கிள்?''

"எனக்கென்னப்பா ஒண்டிக்கட்ட. ஏதாவது ஒரு மடத்த பாத்துக்க வேண்டியதுதா.''

இந்த பூமியில ஒரு மனுஷனுக்கு ஒரு அடி எடம் கூடவா கிடைக்காது? என்றவர் கூற,

“என்ன அங்கிள் நீங்க சொல்றது மனசுக்கு ரொம்ப கஷ்டமா இருக்கு. அவங்களுக்கு வேணா ஏதாவது ஒரு நல்ல அமௌவுன்ட்ட குடுக்கலாம். இல்லன்னா உங்க காலத்துக்கப்புறம் கொடுக்கலாம்.” என்று தவசி கூற,

“நான் அப்படி எதுவும் அன்னைக்கு சொல்லலியேப்பா. அதெல்லா எதுவும் வேணா சொன்ன வார்த்தைய காப்பாத்தனாதா எனக்கு கூட சொர்க்கமா நரகமான்னு அவன் டிசைடு பண்ணுவான். ஞானம் எவ்வீட்ல ரெண்டு விளக்கு பிரகாசமா எரிஞ்சிக்கிட்டிருந்துச்சு. ஆண்டவனுக்கு எம்மேல என்ன தீராத கோவமோ தெரில பட்டு. பட்டுன்னு ரெண்டுத்தையும் ஊதி அணைச்சுட்டான். எரிஞ்சிக் கிட்டிருந்த அடுப்பும் அனைஞ்சுப் போச்சு வெளிச்சமா இருந்த வீடும் இருட்டாயிடுச்சு. இந்த இருட்ல நான் மட்டும் எப்படிப்பா தனியா வாழ முடியும். எந்தப் பக்கம் பாத்தாலும் அவளும், அவனுந்தா தெரியறாங்க. துக்கத்தோடயும் துயரத்தோடயும் எப்படிப்பா வாழ முடியும். நான் சாகற வரைக்கும் எனக்கு பென்ஷன் இருக்கு. அது போதும் எனக்கு” என்று கூற,

பெரியவர் பேசுவதையெல்லாம் கேட்டபடி இருவரும் அமைதி யாக இருந்தனர்.

“நீங்க எப்பப்பா வர்றீங்க. நான் உங்கள சிரமப்படுத்தறதா நினைக்கா தீங்க. எனக்கு அந்த ஊர் எங்க இருக்குன்னு கூட தெரியாது. நீங்க இல்லாம நான் தனியாக கூட போயிடுவே. இப்பெல்லா எனக்கு அடிக்கடி மயக்கம் வருது. திடீர்னு தலை கிருகிருன்னு சுத்துது. அதனாலதா தனியா போறதுக்கு பயமா இருக்கு” என்றவர் கூற,

பதட்டத்துடன் “அய்யோ அங்கிள் அவசரப்பட்டு அப்படி என்னைக் காவது போயிடப் போறீங்க. நாங்க ரெண்டு பேரும் வர்றோம். நாங்க கூட்டிட்டுப் போறோம் உங்களை. எப்ப போலான்னு சொன்னீங்கன்னா அன்னைக்கே போலாம்” என்று ஞானம் கூற,

“ரொம்ப தேங்க்ஸ் பா” என்றார்.

“இந்தச் சாமானையெல்லாம் என்ன பண்றது அங்கிள்?”

“இனிமே இதையெல்லா வச்சுட்டு நான் என்ன பண்ணப் போறேன். எனக்குத் தேவையானத மட்டும் நான் தனியா எடுத்து வச்சிருக்கேன். இத எல்லாத்தையும் அவங்களுக்கே கொடுத்துடலாம். இல்லன்னா ஒரு அநாதை ஆசிரமத்துக்கு கொடுத்துடலாம்”

“சரி அங்கிள் வர்ற ஞாயிற்றுக்கிழமை காலையில புறப்படலாம்”

“ரொம்ப நன்றிப்பா”

“எதுக்கு அங்கிள் நன்றியெல்லா சொல்லிக்கிட்டு இது எங்க கடமை” என்று தவசி கூற,

“சாப்டீங்களா அங்கிள்?” என்று கேட்டான ஞானம்.

“இல்லப்பா இனிமேதா சாப்புடணும்”

“இருங்க அங்கிள் நாங்க ஏதாவது வாங்கிட்டு வர்றோம்” என்று தவசி கேட்க,

“எதுவும் வேணாம்பா” என்றார்.

“இல்ல அங்கிள் நாங்களும் உங்க புள்ள மாதிரிதா கொஞ்சம் இருங்க வந்துர்றோம்” வாடா தவசி என்று இருவரும் புறப்பட்டனர்.

அவர்கள் போனதும் வீட்டின் பத்திரத்தை எடுத்து மனைவி, மகன் படத்திற்கு முன்னால் வைத்து வணங்கினார். இருவரையும் கையெடுத்து கும்பிட்டபடி தேம்பி.... தேம்பி அழ ஆரம்பித்தார்.

அநாதையாக வாழ்வதை விட வாழ்ந்து அநாதையாவது தான் கொடுமை.

❖

23

ஒரு வழியாக மூவரும் தேவநாதபுரத்திற்கு வந்தனர். தொலைக்காட்சி மற்றும் பத்திரிக்கைகளில் படித்த செய்திகளின் படி, சிலரிடம் மீன் பிடிக்கும் இடத்தை கேட்டுத் தெரிந்து கொண்டு அந்த இடத்திற்குப் போயினர்.

மீன் பிடிக்கும் இடமென்றால் காசிமேடு லெவலில் இருக்குமென்று நினைத்தனர் ஆனால் அங்கு அது போல் எந்த சூழ்நிலையும் இல்லை. யாரோ ஓரிருவர் மட்டுமே இருந்தனர். அங்கிருந்த ஒருவரிடம் மெல்ல விசாரித்தான் ஞானம்.

"நான் ஊருக்குப் புதுசுங்க. எனக்கு ஒன்னும் தெரியாது"ன்னு அவர் போயிட்டார்.

இப்படி ரெண்டு மூணு பேரிடம் விசாரித்தனர். யாருக்குமே பெருசா எதுவும் தெரியல.

என்ன பண்றதுன்னு யோசிக்கும் போது கடவுளா பாத்து ஒருத்தர அனுப்பி வச்சமாதிரி அங்க ஒருத்தர் வந்துக்கிட்டிருந்தார். அவர் வேற யாருமில்ல. நம்ம வெட்டுக்கிளி ஆறுமுகம் தான்.

“ஏப்பா... அங்க ஒருத்தர் வர்றாரு பாரு. கொஞ்சம் வயசான வரா இருக்காரு. அவர்கிட்ட கேட்டா சரியாச் சொல்லுவாருன்னு நினைக்கறே.. அவர்கிட்ட கேட்டுப்பாரு”ன்னு திருமேனி சொல்ல,

ஆறுமுகத்தை மடக்கி கேட்டனர்.

“ஓ! அதுங்களா.. அது இங்க இல்லீங்க இன்னொரு எடத்துல” என்றார்.

“அது எங்க?”

“இங்க இருந்து சரியா ஒரு கிலோ மீட்டர்ல இவக்கு அந்த இடம். என் கூட்டாளி வலையிலதா மாட்டுச்சு”

“என்னது உங்க ஃபிரண்டு வலையிலயா?”

“ஆமா! நான் கூட அன்னைக்கு அங்கதா இருந்தே. எங்க ஆளுங்கதா கரைக்கு கொண்டாந்ததே.”

“நாங்க அவர பாக்கணுமே?”

“யார திருக்கயையா?”

“ஆமா அவர்தான திருக்க. திருக்கசாமின்னு பேப்பர்ல போட்டு இருந்துச்சு இருங்க என்று பையில் இருந்த பேப்பரை எடுத்துக்காட்டி இவர்தானே” என்று கேட்டான் ஞானம்.

“ஆமா... ஆமா..அவர்தா” என்று ஆறுமுகம் கூற,

“அவர பாக்க முடியுமா?”

“எதுக்கு?”

“ஒரு சின்ன விஷயம் இருக்கு”

“அவர்கிட்ட பேசணுமா?”

“ஆமா!”

“நீங்க பத்திரிக்கைகாரங்களா?”

“இல்ல”

“அப்ப எதுக்கு பேசணும்?”

"இல்ல கொஞ்ச விஷயம் இருக்கு" என்று ஞானம் கூற,

"சரி வாங்க. மொதல்ல அங்க போவோம். தொழிலுக்குப் போயிருப் பான். வர்ற நேரந்தா வாங்க அங்க போலா..."

"ரொம்ப தூரமா?"

"அவ்வளவு தூரமெல்லாயில்ல. கொஞ்சதூரந்தா. நடந்தே போயிக்க லாம். வாங்க மெதுவா அப்படியே பேசிக்கிட்டே போலாம்" என்று ஆறுமுகம் கூற,

அனைவரும் அவரைப் பின் தொடர்ந்தனர். அவர் சொன்ன இடத்திற்கு வந்தனர். அங்கு ஒருவன் உட்கார்ந்திருந்தான்.

அவனிடம் ஆறுமுகம் "டேய் திருக்க வந்தானாடா? உள்ள போயிருக்கானா" என்று கேட்டார்.

"தெரியலண்ணே.. நானே இப்பதா வந்தே. அந்தா வர்றாம் பாரு ஜோட்தல அவனைக் கேளு" என்றான்.

வந்து கொண்டிருந்தவனை "டேய் ஜோட்தல இங்க வாடா" என்றழைத்தார் ஆறுமுகம்.

"இன்னாண்ணே.. என்றபடி அவன் வந்தான்."

"திருக்க உள்ள போயிருக்கானாடா" என்று கேட்க,

"இல்லியே" என்றான்.

"இல்லியா நல்லா தெரியுமா?"

"அட அவர் கட்டுமரம் அங்க இருக்கு பார். அத பாக்கலியா நீ இன்னைக்கு அவர் வரல"

"ஏன்டா வரல?"

"அத என்கிட்ட கேட்டா அவர்கிட்டதா கேக்கணும்" என்று கூற,

"சரி தம்பி, திருக்க இன்னைக்கு தொழிலுக்கு வரலியாம். ஊட்லதா இருப்பான். வாங்க அங்க போய் பாத்துக்கலாம்" என்று கூற, மறுபடியும் அனைவரும் நடக்க ஆரம்பித்தனர்.

நடந்து வரும்போது "தம்பி இங்க தாம்பா நீ சொன்ன விஷயம் நடந்துச்சு" என்று ஒரு இடத்தைக் காட்டினார் ஆறுமுகம்.

"இங்கயா?" என்று கேட்டான் தவசி.

"தோ.. இந்த எடத்துலதா எங்காளுங்க கொண்டாந்தாங்க. நான் இங்க நின்னிருந்தே. உன் வயசு பையந்தா" என்று ஆறுமுகம் கூற, அந்த இடத்தைப் பார்த்து பெரியவர் கண்கலங்கினார்.

அதைப் பார்த்த ஆறுமுகம் "இன்னாபா பெரியவர் அழறாரு" என்று கேட்டார்.

"அந்தப் பையன் அவர் பையங்க" என்று ஞானம் கூற, அதைக் கேட்ட ஆறுமுகம் அதிர்ச்சியுடன் "இன்னாது இவர் புள்ளையா? அத விசாரிக்கதா வந்தீங்களா?"

"ஆமா!"

"இவரு புள்ளையாப்பா?"

"ஆமா ஒரே புள்ள.."

"இன்னாது ஒரே புள்ளையா? அடக்கடவுளே! இன்னா கொடுமடா இது. கேக்கவே கஷ்டமா இருக்கு. ஆமா எந்த ஊர்ல இருந்து வர்றீங்க?"

"சென்னையில இருந்து"

"சென்னையிலன்னா மெட்ராஸ்ல இருந்தா?"

"ஆமா!"

"அங்க இருந்து இங்க எதுக்கு வந்தாரு?"

"தெரியல"

"தெரியலியா இன்னாப்பா இது அதிசயமா இருக்கு. எங்க இருக்கிற மனுஷன் எங்க வந்து செத்திருக்காரு பாரு. ஏதாவது பிரச்சனையா?"

"அதெல்லாம் ஒன்னில்ல"

"சரி நமக்கெதுக்கு அது வாங்க" என்று கூற,

மகன் இறந்த இடத்தைப் பார்த்த திருமேனிக்கு மனச்சோர் வால், உடல் சோர்வும் அடைந்தது.

“ஞானம் என்னால முடியலப்பா. ஒரு ரெண்டு நிமிஷம் எங்கயாவது உக்காந்து போலாம்பா..” என்று அவர் கூற,

‘‘வாங்க அங்கிள் இப்படி நிழல்ல உக்காருங்க’’ என்று அவரை ஓரிடத்தில் ஞானம் உட்கார வைத்தான்.

“இன்னாப்பா ஆச்சு. பெரியவரால முடியலையா. பாவம் வயசானவரு. இந்த வயசுல அந்த புள்ள இப்படி ஒரு வேலைய பண்ணிடுச்சே. தம்பி பெரியவர அப்படியே கைத்தாங்கலா கூட்டிவா. அங்க ஒரு டீகடை இருக்கு. ஒரு டீ சாப்டார்னா தெம்பாயிடுவாரு. மெதுவா கூட்டி வா” என்று ஆறுமுகம் முன்னே போக.

மூவரும் டீ கடைக்கு நடந்தனர். அனைவருக்கும் ஆறுமுகம் டீ வாங்கிக் கொடுத்தார்.

டீக்கு ஞானம் காசு கொடுக்கப் போக,

‘‘தம்பி! தம்பி! இரு... இரு... நீங்களே துக்கத்துல வந்திருக்கீங்க. காசை நான் தர்றேன்.இப்படி வாங்க” என்று ஆறுமுகமே காசைத் தந்தபடி பெரியவரைப் பார்த்து பெரியவரே.. பரவாயில்லையா போலாமா? என்று கேட்க,

“போலாம்” என்று திருமேனி தலையாட்டினார்.

“உடம்பு வலியவுட மனசு வலியத்தாம்பா தாங்க முடியாது. இங்கதா பக்கத்துலதா.. இந்த ஊர்ல ஆட்டோ கீட்டோ வெல்லா அவ்வளவா இல்ல. நடந்தேதா போவணும். எவனோ ஒருத்தன் எப்பவோ வருவான். அவனையெல்லாம் எதுர்பாத்தா முடியாது. வாங்க அப்படியே மெதுவா போயிடலாம்” என்று ஆறுமுகம் கூற,

அனைவரும் திருக்க இல்லம் நோக்கி நடந்தனர்.

❖

24

அனைவரும் திருக்க வீட்டு முன் வந்து நின்றனர். “இதுதாங்க நீங்க தேடி வந்தவரோட வீடு இருங்க கூப்புர்றே. திருக்க.. திருக்க..” என்று குரல் கொடுத்தார் ஆறுமுகம்.

அன்று பார்த்து வீடு முழுதும் கூட்டமாக இருந்தது. மகன், மகள், மருமகன், மருமகள் என மொத்த பேரும் இருந்தனர். என்றுமே அது போலிருந்ததில்லை. என்றுமே எல்லோரும் கூடியதில்லை. மூத்த மகளின் திருமணநாள் என்பதால் தாய்வீட்டிற்கு அவள் வர, ரொம்ப நாள் வெளியூரில் டிரிப்புக்கு போயிருந்த இரண்டாவது மகன் தாய் தந்தையைப் பார்க்க குடும்பத்துடன் வர, இப்படி அனைவருமே இருந்தனர்.

வாசலில் இருந்த ஆறுமுகம் “இன்னா இவன் இத்தனதபா கூப்ட்டும் வரலியே'' என்று மறுபடியும் ‘‘திருக்க...திருக்க'' என்று குரல் கொடுத்தார்.

“அப்பா உன்ன யாரோ கூப்புர்றாங்க பாரு” என்று இளைய மகள் கூற, “யாருன்னு போய் பாரும்மா” என்றார்.

"உன்னைய கூப்ட்டா என்னைய போய் பாக்கச் சொல்றே'' என்றபடி அவள் வெளியே வந்து பார்க்க, அங்கே ஆறுமுகம் நிற்பதைப் பார்த்து "இன்னா மாமா?" என்று கேட்டாள்.

"தே கயிதே.. உங்க அப்பன் இல்ல"

"இருக்காரு"

"எம்மா நேரமா கூப்ட்னுகீரே... வரச் சொல்லு" என்று கூற,

"யப்போ.. ஆறுமுகம் மாமாதா உன்ன கூப்பிடுது'' என்று கூற திருக்கசாமி வெளியே வந்தார்.

அங்கே நின்றிருப்பவர்களைப் பார்த்து ஆறுமுகத்தையும் பார்த்தபடி "இன்னாடா வெட்டு இவ்வளவு தூரம் வந்திருக்கே? இன்னா விஷயம்?" என்று கேட்டார்.

"தோ.. இவங்க உன்ன பாக்கணும்னு மெட்ராஸ்ல இருந்து வந்திருக்காங்கடா''

"என்ன பாக்கவா?"

"ஆமா!"

"யார் அவங்க? என்ன எதுக்குப் பாக்கணும். மொதல்ல அவங்க யாருன்னே எனக்குத் தெரிலியே"

"அவங்களுக்கு கூட உன்ன யாருன்னு தெரியாது. போன மாசம் உன் வலையில ஒரு பொணம் மாட்டுச்சு இல்ல?"

"ஆமா!"

"அது அந்த பெரியவரோட பையனாம்."

"அப்படியா?"

"ஆமான்டா"

"யார் சொன்னது?"

"அவங்கதா சொன்னாங்க. அது சம்மந்தமாத்தா உங்கிட்ட பேச வந்திருக்காங்க. மத்தத அவங்களே சொல்லுவாங்க. நீயே கேட்டுக்க" என்றபடி அவர்களைப் பார்த்து "சார் எல்லாரும் இப்படி

வாங்க. இவர்தா நீங்க தேடி வந்த திருக்கசாமிங்கிறவரு இன்னா கேக்கணுமோ கேட்டுக்கங்க" என்று கூற,

"வணக்கங்க" என்றான் ஞானம்.

"வணக்கஞ்சாமி" என்று திருக்கசாமி பதில் வணக்கம் சொல்ல, "நாங்க சென்னையில இருந்து வர்றோம்."

"சொல்லுங்கய்யா"

"போன மாசம் உங்க வலையில ஒரு டெட்பாடி மாட்டுச்சு இல்லீங்களா?"

"ஆமாய்யா.. அதுக்குதா போலீஸ் எங்கிட்ட என்ன என்ன கேக்கணுமோ அதெல்லா கேட்டாங்க. நானும் சொன்னே அவங் களும் விசாரணைப் பண்ணிட்டுப் போயிட்டாங்களே" என்று சொல்ல,

"நாங்க அதப்பத்தி கேக்க வரல"

"அப்படியா வேற இன்னா வேணும்"

"அது இவருடைய பையந்தா"

"அய்யயோ.. அப்படியா?"

"இவர் பையனைக் கண்டுபுடிச்சி தர்றவங்களுக்கு அவர் ஒரு காசு தர்றதா சொல்லியிருந்தாரே அது தெரியுமா உங்களுக்கு?"

"அப்படியா? அதெல்லா எனக்கு ஒன்னுந் தெரியாதுய்யா"

"பேப்பர்ல கூட போட்டிருந்தாங்களே"

"அத நான் பாக்கலய்யா"

"இந்தா பாருங்க" என்று பேப்பரை எடுத்துக் காட்டினான் ஞானம்.

அதைப்ப பார்த்த திருக்க "ஆ இந்தப் புள்ளதா.... இந்தப் புள்ளதா" என்றபடி "சரி.. இப்ப என்ன வேணும் உங்களுக்கு, அத்தச் சொல்லுங்க மொதல்ல" என்றார்.

திருக்க வெளியே பேசிக் கொண்டிருக்க வீட்டினுள் இருந்தவர்கள்

ஒவ்வொருவராக வெளியே வர ஆரம்பித்து யார் என்ன என்பதைப் பார்த்துக் கொண்டிருந்தனர்.

“அங்கிள் இப்படி வாங்க” என்று திருமேனியை அழைத்தான் ஞானம்.

திருமேனி அவர்களிடம் வந்து நிற்க, “நீங்களே சொல்லுங்க அங்கிள்” என்றான்.

“எம்புள்ளைய கண்டுபுடிச்சி தர்றவங்களுக்கு 20 லட்ச ரூபா மதிப்புள்ள என் வீட்ட தர்றதா சொல்லியிருந்தே”

“அப்படியா எப்ப அது?”

“எம்புள்ள காணாமப் போனப்ப”

“சரி”

“நீங்கதா எம்புள்ளைய கண்டுபுடிச்சீங்க”

“அய்யோ சாமி.. நான் கண்டுபுடிக்கலீங்க.. அது தானா என் வலையில வந்து மாட்டுச்சு”

“அப்படியே இருந்ததாக் கூட உங்களால தான எம்புள்ள பொணமாவது எனக்குக் கிடைச்சது.”

“அது என்னமோ வாஸ்த்தவந்தாங்க”

“அதனால் நான் சொன்னபடி எம்புள்ளைய கண்டுபுடிச்சி தந்த உங்களுக்கு என் வீட்டைத் தர வந்திருக்கேன். இந்தாங்க என் வீட்டோட பத்திரம். வாங்கிக்கங்க. ஒரு நாளைக்கு சென்னைக்கு வந்தீங்கன்னா உங்க பேருக்கு ரிஜிஸ்டர் பண்ணித் தந்துடுவேன்” என்று தர,

திருக்க...திரு... திருவென்று முழித்தார்.

“இன்னாப்பா யாருபா இவங்க எல்லா” என்றபடி மூத்தமகள் வந்து கேட்டாள்.

“இவங்க யாருன்னே எனக்குத் தெரியாதுமா மெட்ராஸ்ல இருந்து வந்திருக்காங்க.”

“சரி”

“போன மாசம் ஆத்துல ஒரு பொணம் வந்து என் வலையில மாட்டுச்சு இல்ல”

“ஆமா!”

“அது அவருடைய புள்ளையாம்”

“அய்யய்யோ”

“அவர் புள்ளைய நான் கண்டுபுடுச்சிக் கொடுத்தனாம். அதுக்காக எனக்கு அன்பளிப்பு கொடுக்க வந்திருக்காராம்”

“என்ன அன்பளிப்பு அஞ்சோ, பத்தோ கொடுத்தா வாங்கிக்க வேண்டியதுதானே இதுல என்ன பேச்சு வேண்டிகிடக்கு”

“அது பணமில்லம்மா”

“வேற என்ன?”

“அவர் வீட்ட தர்றாராம்”

“என்னது வீட்டையா?”

“ஆமா!”

“யார் வீட்ட?”

“அவர் வீட்ட”

“அவர் வீட்ட உங்களுக்குத் தர்றாராமா?”

“ஆமாம்மா”

“எதுக்காம்”

“அட இவ்வளவு நேரம் கதைய கேட்டு சீதைக்கு ராமன் யாருன்னு கேக்கற பாரு. சொன்னது புரியலையா உனக்கு?” என்று ஆறுமுகம் குறுக்கே வர,

“புரியல மாமா. அதா கேக்கறே” என்றாள்.

“முண்டம் இங்க வா” என்று ஆறுமுகம் மறுபடியும் அவளுக்கு

விளக்கமாக முழு ரீலையும் ஓட்டினார்.

"ஓ... அப்படியா? யப்பா அவர்வூட்ட உனக்கு எழுதித் தர்றாராம்"

"இப்ப நான் மட்டும் இன்னா சொன்னே அதத்தான சொன்னே"

"ஆமா ஊடு எங்க கீது?"

"மெட்ராஸ்ல கீதாம்"

"அய்யயோ அம்மாந்தூரத்துல இருந்தா எப்படி? இங்க எங்கன்னா பக்கத்துல இருந்தா நல்லா இருக்குமே. அதுலயும் நமக்கு அந்த ஊர் வேற பழக்கமில்லாத ஊர் ஆச்சே.."

"ஆமா.. உன்வூட்டு பக்கத்துலயே கொண்டாந்து கொடுக்கச் சொல்றே போ போய் வேலையப் பாரு. எவனோ வச்ச தோப்புல காத்து வாங்க வந்துட்டே.. போ" என்றவளை விரட்டி விட்டுப் பெரியவர பாத்து "சாமி! உங்க நல்ல மனசுக்கு கோடி நமஸ்காரஞ் சாமி. ஒழைச்ச காசே ஒட்டமாட்டேங்குது. இதுல ஊர் காசெல்லா எதுக்கு. நீங்க வந்த வழிய பாத்து ஊர் போய் சேருங்க. ஊடுவரும் காடு வரும்னு வல போடல, எவ்வலையில மீனு, நண்டு, எறா அது இதுன்னு எது ஏதோ மாட்டுது. அந்த மாதிரி இதுவும் வந்து மாட்டுச்சு. அவ்வளவுதா. நான் எதையும் தேடி போய் கண்டு புடிக்கல. அதனால உங்க சொத்து எனக்கு வேணாஞ்சாமி. அத வாங்கனா பெரிய பாவமாயிடும். நீங்க புண்ணியத்த வாங்கிட்டு, பாவத்த எனக்கு கொடுக்காதீங்க" என்று கூற,

மூவரும் ஒருவரையொருவர் பார்த்துக் கொண்டனர்.

"கொடுமையிலயும் கொடுமை எது தெரியுமா சாமி? தான் பெத்த புள்ளைக்கு அவனே கொள்ளி வக்கறதுதா. அந்த வலியையும், வேதனையையும் அனுபவிச்சுக்கிட்டு வந்து நிக்கற உங்கிட்ட என் சுயநலத்துக்காக நீ சொன்னத நான் செஞ்சன்னா என்னைய விட பாவி இந்த உலகத்துல வேற எவனும் இருக்க மாட்டான். நான் எப்பவும் செய்யாத வேலைக்கு கூலி வாங்கறதில்ல. வேலைக்கே அப்படீன்னா இதுக்கெப்படின்னு நீங்களே யோசிச்சுப் பாருங்க. நான் காசு பணம் இல்லாத வந்தா அதுக்காக நியாய தர்மத்த

தாண்றவனில்ல. எரியறதுல எது கிடைக்குதோ அத புடுங்கி அனுபவிக்கலாம்னு ஆசபடற ஜாதியுமில்ல. உங்க நல்ல மனசுக்கு கோடி நமஸ்காரஞ்சாமி. நல்லபடியா.. நேரத்தோட புறப்படுங்க. மழை வேற வர்ற மாதிரி இருக்கு" என்றார்.

"இல்லீங்க அவர் உங்களுக்கு தரணும்னு முடிவு பண்ணிட்டுதா வந்தாரு. டி.வி.யில பேப்பர்ல எல்லாங்கூட பேட்டி கொடுத்துட்டாரு. தராம போனா அவர் மனசு சங்கடப்படும்" என்று ஞானம் கூற,

"தம்பி தராம போனா அவர் மனசு சங்கடப்படும். வாங்கனா எம் மனசு சங்கடப்படுமே அதுக்க என்ன சொல்றீங்க? எதாயிருந்தாலும் பரவாயில்ல. எனக்கு தரணும்னு அவர் முடிவு பண்ணா. எனக்கு அது வேணான்னு நான் கூட முடிவு பண்ணலாமில்ல" அந்த அதிகாரம் எனக்கிருக்கில்ல.

"சாமி நீங்க என்னைய விட வயசுல பெரியவரு. நான் ஒன்னு சொன்னா தப்பா எடுத்துக்க மாட்டீங்களே. ஏன்னா நான்சொல்றது கொஞ்ச காட்டமாத்தா இருக்கும் அதனால சொல்றே. நீங்க உங்க புள்ளைக்காக காசு கொடுக்கறது தப்போரைட்டோ எனக்கு தெரியாது. ஆனா நான் அதை கை நீட்டி வாங்கறது ரொம்ப தப்பு. புள்ளை மேல இருக்கிற பாசத்துல அதுவும் ஒரே புள்ளையில்லையா, ஏதோ அவசரத்துல புள்ள கிடைக்கணுமேங்கிற ஆதங்கத்துல முன்ன பின்ன யோசிக்காம ஊட்டத்தர்றே காட்டத்தர்றேன்னு டி.வி.லயோ, பத்திரிக்கையிலோ சொல்லி இருக்கலாம். அதைப் பயன்படுத்திக்கிட்டு, மனசாட்சியில்லாம காசு வாங்கறவன்க கூட நாட்ல இருக்கலாம். ஆனா! நான் அந்த ஜாதியில்ல, என் வாழ்க்கையே மனசாட்சிக்குப் பயந்ததுதான். ஏன்னா நான் ஆறு புள்ளைக்கு தகப்பன்" என்று கூற,

இடையில் அங்கு வந்த அவர் மனைவி "ஏங்க அவங்கதான் இவ்வளவு சொல்றாங்க இல்ல வாங்கனாதா என்ன? நீங்க என்ன பாவம் பண்ணீங்களா? இல்ல மோசம் பண்ணீங்களா? அவர் ஏதோ மன சாந்திக்காக அவர் புள்ளைக்காக தரணும்னு நினைக்கிறாரு. அதுல என்ன தப்பிருக்கு. நீங்களா போய் கேட்டீங்க? அவராதான

தர்றாரு. அப்படியிருக்கும்போது கொடுக்கறதுலயும் தப்பில்லை வாங்கறது லயும் தப்பில்ல. வாங்கிக்கங்க பாவம் அவர் மனசு சங்கடப்பட போவுது" என்று கரிசனமாகக் கூற,

"அடி செருப்பால நாயே! எது கிடைக்கும்னு நாக்க தொங்க போட்டுக்கிட்டு வந்தியா. போடி உள்ள பொறம்போக்கு முண்ட. வந்துட்டா மூதேவி அடுத்தவன் சொத்துக்கு ஆசப்பட்டுக்கிட்டு" என்று கடும் கோபத்துடன் மனைவியை விரட்டினார்.

அவர் கோவத்தைப் பார்த்த மூவரும் அதிர்ச்சியுடன் இனி என்ன செய்வதென்று தெரியாமல் முழித்தபடி ஒருவரையொருவர் பார்த்துக் கொண்டனர்.

மெதுவாக தவசி ஞானத்திடம் "மாப்ள ஸ்ட்ராங்கா அவர் வேணான்னுட்டாரு. இப்ப என்ன பண்ணலாம்" என்று கேட்டான்.

"அதான் எனக்கும் புரியல. என்ன செய்யறதுன்னு தெரில" என்றபடி பெரியவரிடம் "அங்கிள் கண்டிப்பா வேணான்னுட்டாரு. இப்ப என்ன பண்ணலாம்?" என்று கேட்டான்.

அவர் எதுவும் பேசாமல் அமைதியாக ஏதோ யோசனையில் இருந்தார்.

"அங்கிள் உங்களத்தா" என்று ஞானம் அழுத்தமாக அழைக்க

"ஆ! என்னப்பா கேட்டே?" என்ற படி நினைவு தெளிந்தார்.

"இல்ல அங்கிள் அவர் வேணான்னு சொல்லிட்டாரு இப்ப என்ன பண்ணலாம்னு கேட்டேன்."

"இல்லப்பா... நீ இன்னொரு தரம் பேசிப்பாரேன்"

"யார் பேசனாலும் அவர் வாங்கிக்கற மாதிரியில்ல அங்கிள். அவர் எவ்வளவு தெளிவா பேசனாரு பாருங்க. அவர் பேச்சக் கேட்டுட்டு மறுபடியும் அவர ஃபோர்ஸ் பண்ணா அது அவ்வளவு நல்லா இருக்காது. அவர் அதுல ஸ்ட்ராங்கா இருக்காரு."

"அரை மனசோட நாம எப்படிப்பா போறது?"

"அவர் வாங்கலியேன்னு அரை மனசா இருக்குன்னு நீங்க சொல்றீங்க. ஆனா! அவரு முழு மனசா வேணாங்கறாரே" அதுக்கு என்ன பண்றது?

திருமேனியை அமைதியாகப் பார்த்தார்.

"அங்கிள் நாம நினைச்சதே நடக்கணும்னு எதிர்பார்த்தா முடியுமா? அந்தப் பக்கத்து நியாயத்தையும் பாக்கணுமில்ல. அவர்தா ஒரு தகப்பனோட வலி ஒரு தகப்பனுக்குதா தெரியும். நீங்க புண்ணியத்த தேடிக்கிட்டு பாவத்த எனக்குக் கொடுக்காதீங்கன்னு தெளிவா சொல்றாரு இல்ல. இவ்வளவு விவரமா சொல்றவரு நான் சொன்னா மட்டும் வாங்கிப்பாரா? அவர் ரொம்ப நியாயமானவரா இருக்காரு. கண்டிப்பா வாங்கமாட்டாரு."

"இப்ப என்ன பண்ணலாம்?"

"எதுவும் பண்ண வேணாம். பேசாம ஊரப்பாத்து போய்கிட்டே இருக்கலாம்" என்று கூற,

"நீ சொல்றது கரெக்ட் மாப்ள. அவர் யார் சொன்னாலும் வாங்க மாட்டாரு. ஏன்னா அவர் காசு பணத்துக்கு ஆசப்படறவரா தெரில. நியாய தர்மத்துக்கு கட்டுப்பட்டவரா இருக்காரு. அதனால நாம புறப்பட வேண்டியதுதா" என்று தவசியும் சொல்ல,

"சரி வாங்கப்பா போலாம்" என்று திருமேனி கூற,

"வர்றங்க" என்று திருக்கைக்கு மூவரும் வணக்கம் சொல்ல.

"வாங்க சாமி, மனசுல எதுவும் வச்சுக்காதீங்க. அந்தப் பணத்த வச்சி புள்ள பேர்ல ஏதாவது தர்ம காரியம் பண்ணுங்க. புள்ளையோட ஆத்மா சந்தோஷப்படும் நல்லபடியா போயிட்டு வாங்க" என்று அவர் வீட்டினுள் போக மூவரும் புறப்பட்டனர்.

❖

25

மூவரையும் அனுப்பிவிட்டு வீட்டிற்குள் திருக்க வர, வீடு மொத்தம் மயான அமைதியில் இருந்தது. ஆனால் ஒவ்வொருவர் முகத்திலும் எரிமலை வெடித்துக் கொண்டிருந்தது.

திருக்கைக்கு விஷயம் புரிந்து விட்டது. அவர் எதையும் ஆரம்பிக்க வில்லை. ஆனால்! அவர் மனைவியோ ஆட்டத்தை ஆரம்பித்தாள்.

“வீடு தேடி வந்த சீதேவிய யாராவது வெளக்கமாத்தால அடிச்சி விரட்டுவாங்களா? நம்மூட்டு மகாராஜா சந்தோஷமா அந்த வேலைய பண்ணிட்டு வர்றாரு. சுடுகாட்டுக்குப் போறவரைக்கும் கஷ்டப்பட்டே சாகணும்னு நம்மள மாதிரி ஆளுங்களுக்கு முன்னே கடவுள் ஸ்பெசலா ஜாதகத்த எழுதுவான் போலயிருக்கு. மொடவன் கொம்புத் தேனுக்கு ஆசபட்டா முடியுமா? ஆனா... கொடுமை இன்னான்னா நீ மொடவனா இருக்கியேடா உன்னால என்னைக்கு உயர வர முடியாதே, இரு நானே உன் கையில வந்து உக்கார்றே நீ நக்கி சாப்ட்டுக்கோன்னு அந்தத் தேனே வந்து உக்காந்தாலும் இல்ல.. இல்ல நான் முடவன் நீயா வந்தாக் கூட நான் சாப்புட மாட்டேன்னு சொல்றவங்கள எதுல சேத்திக்கிறது” என்று குமறினாள்.

மனைவியின் குமறலுக்கு எந்த எதிர்ப்பும் காட்டாமல் அமைதியாகவே இருந்தார் திருக்க, “ஏப்பா நீயா போயா கேட்ட? அவங்களாதான வந்து தர்றாங்க. தானா வந்ததை ஏம்பா வேணான்னு சொன்னே. இது உனக்கே நல்லாயிருக்கா?” என்று அவருடைய மூத்த மகள் கேட்டாள்.

மகள் கேட்டதற்கும் எந்தப் பதிலும் சொல்லாமல் அமைதியாக இருந்தார்.

அடுத்து கியூ வரிசையில் நின்ற மூத்த மகன் ஆரம்பித்தான். “ஏம்பா எதுக்குபா வேணான்னுட்டே. இதுல இன்னா உனக்கு கௌரவம் வேண்டிகிடக்கு. ஏதோ கடவுளா பாத்து கண்ணைத் தொறந்தான். அக்கா சொன்ன மாதிரி நீயாவா போய் கேட்டே அவங்கதான தர்றேன்னு வந்தாங்க. நீ கேட்டிருந்தா வாங்கறது தப்புன்னு நான் கூட சொல்லுவே. ஆனா! அவங்களா தர்றத வேணான்னு சொன்னது தாம்பா தப்பு” என்றான்.

அடுத்து இரண்டாவது மகன் அவன் பங்கிற்கு அர்ச்சனைய ஆரம்பித்தான். “வக்கப் போர் பூந்த நாய் தானும் திங்காது. அடுத்தவனையும் திங்கவுடாது. அப்படித்தா பண்ணிட்டே. நீ பாட்டுக்கு எதுவும் பேசாம எனக்கு ஒன்னுந் தெரியாதுங்க. எதுவாயிருந்தா எம் புள்ளைங்ககிட்ட பேசிக்கங்கன்னு எங்ககிட்டயாவது தள்ளி வுட்டியா அதுவும் இல்ல. அப்படி பண்ணியிருந்தீன்னா நாங்க வகையாப் பேசி வாங்கியிருப்போமில்ல. இருபது லட்சரூபா பலாச்சுளையாட்டம் ஊடு தேடி வந்துச்சு. ஆள் ஆளுக்கு சரியா மூணு லட்ச ரூபா வந்திருக்கும். ஏதாவது கடை கண்ணி வச்சி பொழச்சிருக்கலாம். எல்லாருக்கும் நல்ல காலம் பொறந்திருக்கும்” என்றான்.

“அடவுடுங்க காலத்துக்கும் கஞ்சித் தண்ணிய குடிக்கணும்னு நம்ம தலையில எழுதியிருந்தா. அத மாத்தவா முடியும். கைநீட்டி கடன் வாங்கறது கைநாட்டு போட்டு வாங்கறது கௌரவம். வாங்கன கடனுக்கு வட்டிகட்டிறது கௌரவம். வட்டி கட்ட முடியாத நேரத்துல வட்டிக்காரன் காரி மூஞ்சுல துப்புறப்ப அத தொடச்சுக் கறது கௌரவம். ஆனா! இத கை நீட்டி வாங்கறதுல மட்டும் கல

கௌரவம் குறுக்குல வந்து கும்புட்டு போட்டு நிக்கும்" என்று ஒரு மாப்பிள்ளை அவன் பங்கிற்கு சல்லடையில சலித்தாள் இரண்டாவது மருமகள்,

"ஏம்மாமா... நான் கூட தெரியாமத்தா கேக்கறேன். நீங்க என்ன ஒத்த பனை மரமாட்டம் ஒத்தையாவா நிக்கறீங்க. ஆலமரம் மாதிரி ஆறு விழுத ஆழமாவுட்டில்ல நிக்கறீங்க. உங்கசம்பாதனையால எங்க எல்லாரையும் திருப்திபடுத்த முடியுமா? அத்தவுடுங்க... நாங்க என்ன உங்க மடில இருந்ததையா புடுங்க ஆசபட்டோம். எவனோ தன் புள்ளைக்காக, கொடுத்த வாக்க காப்பத்த கொடுக்கறேன்னு வந்தான். அத வாங்காம வாசலுக்கு வந்தவனை வழியனுப்பிட்டு வர்றீங்களே! இது நியாயமாப்படுதா உங்களுக்கு?" என்று மூத்த மருமகள் மறுபடியும் கேட்டாள்.

"நம்ம காலம் பூரா கஷ்டபடறமே நம்ம புள்ளைங்களாவது நல்லா இருக்கட்டும்னு நினைச்சிருந்தீங்கன்னா நீங்க பெரிய மனுஷன். உங்களுக்குத்தா அந்த எண்ணமே கிடையாதே. என்ன பேசி என்ன பிரயோசனம் வாங்க போலாம்'' என்று இளைய மருமகள் இரண்டாவது முறையாக உரல் கொண்டு இடித்தாள்.

அனைவரும் அவரவர் ஆதங்கத்தை கொட்டித் தீர்த்தனர். ஒரு தேள் கொட்டினாலே உடம்பு தாங்காது. சுத்தி ஐந்தாறு தேள்கள் ஒன்று கூடி ஒரே நேரத்தில் கொட்டித் தீர்த்தது.

அடை மழை விட்டது போல் இடையில் சிறு அமைதி.

"எல்லாரும் நான் சொல்றத நல்லா கேட்டுக்கங்க. உங்களுக்கொரு விஷயம் புரியுதா? இல்லையான்னுத் தெரியல வந்த பெரிய மனுஷன் தர்றேன்னு சொன்ன சொத்து இருக்கே, அது ஏதோ நான் செஞ்ச சாதனைக்காக தர்ற அன்பளிப்பு இல்ல. செத்துப்போன அவர் புள்ளையோட பொணத்த எடுத்துக் கொடுத்ததுக்காக தர்ற அன்பளிப்பு. அந்தப் புள்ளைய நான் கஷ்டப்பட்டு கண்டுபுடிச்சு உயிரோட கொடுத்திருந்தாக் கூட, வாங்க எனக்கொரு தகுதி யிருக்கும். அதுல கூட ஒரு சின்ன நியாயம் இருக்கும். எதையுமே நான் செய்யல ஆத்துல முங்கி ஆயிரம் மைல் நீந்தியா

கொண்டாந்தே? அது எங்கிருந்தோ வந்து என் வலையில மாட்டுச்சு. என்னமோ நான் கண்டுபுடிச்சி கொடுத்த மாதிரியில்ல ஆள் ஆளுக்கு அடுத்தவன் சொத்துக்கு வெறுங்கையில மொழம் போடறீங்க. உழைக்கிற காசே ஒட்டமாட்டேங்குது அது ஒட்டுமா உங்களுக்கு? அவர் யாருன்னே எனக்கும் தெரியாது, உங்களுக்கும் தெரியாது. ஆனா! அவர் சொத்து மேல அனாமத்துல உரிமை கொண்டார்றீங்க. இவ்வளவு வரும் அவ்வளவு வரும்னு பங்கு போடறீங்க? யார் அப்பன் வூட்டு காசை யார்ரா பங்கு போடறது? இல்ல நான் தெரியாமத்தா கேக்கறே. உங்க யாருக்குமே மனசுன்னு ஒன்னு இருக்குதா இல்லையா? பச்சாதாபம் பரிதாபம்னு அதுல ஏதாவது கொஞ்சமாவது இருக்கா? வயசான தகப்பன் ஒருத்தன் இருபத்தேழு வயசு புள்ளைய வாரிகுடத்துட்டு நிலைகுலைஞ்சு வந்து நிக்கறான். ஒருத்தர் கூட அதுக்கு கவலபடாம அவன் வூட்டு சொத்துக்கு எச்சிக்காக்காய வந்து நிக்கறீங்க. புள்ளைய பறி கொடுத்தவனோட வலிய யாராவது உணர்ந்தீங்களா? யாருக்காவது அந்த எண்ணம் வந்துச்சா? வந்திருந்தா நீங்க மனுஷங்க. நான் மனசாட்சி உள்ளவன். எம் மனசுக்கு எது சரின்னு படுதோ அதத்தா சொல்லுவே அதத்தா செய்வே. ஆண்டவனே வந்து கொடுத்தாலும் செய்யாத வேலைக்கு கூலி வாங்க மாட்டேன். எம் மனசுக்குள்ள பாவம், பரிதாபம், பச்சாதாபம் எல்லா இருக்கு. அதனாலதா அந்த சொத்த நான் வாங்கல. வாங்கற தகுதியும் எனக்கில்ல. அதே மாதிரி என்னைய கேள்வி கேக்குற தகுதியும் இங்க யாருக்குமில்ல. வந்தவங்க எல்லா வந்த வழிய பாத்துட்டு பொழுதோட வூடு போய் சேருங்க'' என்றபடி,

தன் இரண்டாவது மகளிடம் வந்து நின்றபடி “நான் சொன்னதுல ஏதாவது தப்பு இருக்காடா கண்ணு” என்று கேட்டார்.

அனைவர் பேச்சையும் கேட்டு, அப்பாவின் பேச்சையும் கேட்டு எதுவும் பேசாமல் அமைதியாக நின்றிருந்தவள் தன் அப்பாவிடம் “அதப்பத்தியெல்லா நீங்க கவலப்படாதீங்கப்பா. என் அப்பாவ பத்தி எனக்குத் தெரியும். நீங்க யாருங்கிறது இங்க இருக்கிறவங் களுக்கு முக்கியமில்ல உங்க கௌரவத்த பத்தியோ, உங்க மரியாதய

பத்தியோ, மனசாட்சிய பத்தியோ யாருக்கும் எந்த கவலையுமில்ல. எந்த முக்கியமும் இல்ல. அத அவங்களே சொல்லிட்டாங்க. பொணந் தின்ற கழுகு பொணத்தோட குலம், கோத்தரத்தப் பத்தி எதுக்கு யோசிக்கணும்? அதுக்குத் தேவ பொணம் கிடைச்சா கொத்தித் தின்னுட்டுப் போய்க்கிட்டே இருக்கும். நீங்க யாருக்கும் எந்தப் பதிலையும் சொல்ல வேண்டியதில்லை. என்னைப் பொறுத்த வரைக்கும் அது நியாயமா செய்ற தர்மமும்இல்ல. அத வாங்கறது நமக்கு கூட தர்மமில்ல போங்கப்பா போய் வேலைய பாருங்க" என்றவள் கூற,

தன் இரண்டாவது மகள் மட்டும் தனக்கு சப்போர்ட் செய்து பேசியதைப் பார்த்த திருக்க மனதினுள் சந்தோஷப்பட்டபடி, "நீதான்டா எம்புள்ள" என்று துண்டை உதறி தோளில் போட்டுக் கொண்டு வீட்டை விட்டு வெளியே போனார்.

26

சரியாக ஒரு வருடத்திற்குப் பின் ஞானமும், தவசியும் மறுபடியும் அதே தேவநாதபுரத்திற்கு வந்திறங்கினர் அட்வகேட் ஒருவருடன். மூவரும் திருக்க வீட்டிற்குச் சென்றனர். அங்கே அவர் இல்லை என்று தெரிந்ததும் நேராக மீன் பிடிக்கும் இடத்திற்கு வந்தனர். அங்கேயும் திருக்கையைக் காணவில்லை.

சரி யாரிடத்தலாவது விசாரிக்கலாமென்று அப்படியும், இப்படியுமாகப் பார்க்க அங்கே கொண்டசாமியும், அவன் அஸிஸ்டென்ட் ஜோட்தலையும் இருந்தனர்.

ஜோட்தலையின் முகம் ஏற்கனவே பழக்கப்பட்டிருந்ததால் அவனிடம் விசாரிக்கலாம் என்று அவனை அழைத்தனர்.

“ஏப்பா திருக்கசாமி வரலியா?”

“வந்தாரே... உள்ள போயிருக்காரு. பன்னெண்டு மணிக்கு மேலதா வருவாரு. அவர பாக்கணுமா?”

“ஆமா!”

“அப்ப ஒன்னு செய்ங்க. எங்கனாச்சும் போயிட்டு, டீ சாப்ட்டு சரியா

ஒரு பன்னெண்டு மணிவாக்குல இங்க வாங்க வந்துடுவாரு."

"இப்ப இன்னா டைம்?"

"பதினொன்னு"

"நடுவுல இன்னா ஒரு மணி நேரந்தான இருக்குது. அப்படியே போய் ஒரு ரவுண்டு அடிச்சுட்டு வந்தா டைம் போயிடும்" என்றான்.

"சரி" என்று அவர்கள் புறப்பட

"உம் பேர் இன்னாபா?"

"ஞானம்"

"எங்க இருந்து வர்றீங்க?"

"சென்னையில இருந்து"

"நீங்க வர்றதுக்குள்ள வந்துட்டா சொல்லி நிறுத்திவப்பே... அதுக்குதா"

"சரி நாங்க போய்ட்டு வர்றோம்"

"போய்ட்டு வாப்பா" என்று கூற அவர்கள் போயினர்.

ஜோட்தல சொன்னது போல சரியாக பன்னிரண்டு மணிக்கு திருக்க கட்டுமரம் கரைக்கு வந்தது. கரையில் காத்திருந்த ஞானமும், தவசியும் திருக்கையைப் பார்த்து வணக்கம் வைத்தனர்.

"அடடே நீங்களா? வாங்கப்பா எப்ப வந்தீங்க? எப்படியிருக்கீங்க?" என்று நலம் விசாரித்தான்.

"காலையிலதா"

"அப்படியா...இன்னபா விஷயம்?"

"உங்ககிட்ட கொஞ்ச பேசணும்"

"அப்படியா.. கொஞ்சம் இருங்க வர்றேன். தோ.. அப்படி அந்த நெழல்ல நில்லுங்க. இந்தா வந்துர்றே.." என்றவர்களை அனுப்பி விட்டு "டேய் கொண்டா.. இங்க வாடா" என்றழைத்து அவனிடம் வியாபாரத்தை முடித்து விட்டு அவர்களிடம் வந்தார்.

“என்ன சாமி விஷயம்? சொல்லுங்க சாமி. என்னைய பாக்க அம்மாந்தூரத்துல இருந்து வந்திருக்கீங்க” என்று கேட்டார்.

“ஒண்ணுமில்லீங்க.. போன வருஷம் நாங்க ஒரு பெரியவரோட உங்கள பாக்க வந்தோமில்ல” என்று ஞானம் கூற,

“ஆமா! நெனப்பிருக்கு. சொல்லுங்க” என்றார்.

“இப்பவும் அதே விஷயமாத்தா வந்திருக்கோம்”

“அப்படியா! பெரியவர காணமே வரலியா?”

“இல்லீங்க”

“ஏன்?”

“அவர் இறந்துட்டாருங்க”

“என்னது இறந்துட்டாரா... எப்ப?” என்று அதிர்ச்சியுடன் கேட்க

“போன மாசம்” என்றான்.

“இன்னாப்பா இது அநியாயமா இருக்கு, புள்ள போன கவலை... மனுஷனுக்கு என்ன பண்றது?” என்று கூற,

“இவரு வக்கீல்” என்றபடி அவரை திருக்கைக்கு அறிமுகப்படுத்திய ஞானம் இவர்தா சார் அந்த திருக்கசாமி என்றபடி “சார் வந்த விஷயத்த நீங்களே சொல்லுங்க” என்று கூற,

“ஒண்ணுமில்லீங்க. திருமேனி சார் சாகறதுக்கு முன்னாடி எங்கிட்ட வந்தாரு. உயில் ஒன்று எழுதச் சொன்னாரு அது என்னன்னா அவர் புள்ளைய கண்டுபுடுச்சு தர்றவங்களுக்கு அவருடைய வீட்ட கொடுக் கிறதா பத்திரிக்கையிலயும், டி.விலயும் பேட்டி கொடுத்திருந்தாரு. அதும்படி பாத்தா நீங்கதா அவருடைய புள்ளையோட பாடிய கொடுத்தீங்கன்னு சொன்னாரு. அதனால அந்தச் சொத்து உங்களுக்குதா சேரணும்னு சொன்னாரு. ஆனா! சொத்த கொடுத்தா அவர் வாங்கல அது எம் மனசுக்கு ஒத்துக்கல. நான் இறந்ததுக்கப் புறம் இந்தச் சொத்து அவருக்கு போய் சேரணும். அதனால அவர் பேர்லயே உயில் எழுதுங்கன்னு சொன்னாரு. அவர் சொன்ன படியே சொத்து உங்க பேர்ல உயிலாயிடுச்சு. அந்த உயில் பத்திரம் இதுதா. அத்தோட இன்னொன்னும் சொன்னாரு” என்று கூற,

என்ன என்பது போல் திருக்க பார்க்க.

“அவர் கால்ல உழுந்தாவது அவருக்கு கொடுத்துடுங்கன்னு என் கிட்ட சொன்னாரு. அதுக்காகத்தா வந்தோம். இந்தாங்க வேணான்னு சொல்லாம வாங்கிக்கங்க. அவர் ஆத்மா சாந்தி யடையணும்” என்று தர,

“அவர் ஆத்மா சாந்தியடையறது இருக்கட்டும். இத வாங்கனா என் ஆத்மா சாந்தி அடையாது. ஒரு தடவ நான் சொல்லிட்டா சொன்னது சொன்னதுதாங்க. அதுல எந்த மாத்தமும் இல்ல சாமி. அவர் உயிலே எழுத வச்சாலும். அது எனக்கு வேணாங்க. நான் வேணா உங்க கால்ல உழுந்து கும்புட்டு கேட்டுக்கறே. தயவு செஞ்சு என்ன வற்புறுத்தாதீங்க. சங்கடத்துக்கு ஆளாக்காதீங்க. அத வாங்க எம் மனசு ஒரு காலும் ஒத்துக்காது” என்றார்.

திருக்கசாமி அப்படி சொல்லவே மூவரும் தர்ம சங்கடத்துக் குள்ளாகி ஒருவரையொருவர் பார்த்துக் கொண்டனர்.

“தம்பி! அன்னைக்கு நான் ஒரு வார்த்த சொன்னனே உங்களுக்கு ஞாபகம் இருக்கா?” என்று ஞானத்திடம் கேட்க,

“என்ன சொன்னீங்க ஞாபகத்துல இல்லையே” என்றான்.

“அட என்ன தம்பி நீங்க போவும் போது பெரியவர்கிட்ட சொன்னனே அது கூட வா மறந்து போச்சு?”

ஞானம் சற்று யோசித்தான். அதற்குள் தவசி குறுக்கிட்டு ஞாபகம் இருக்குங்க என்றான்.

“ஞாபகம் இருக்கா?”

“இருக்கு”

“என்ன சொன்ன?”

“புள்ள பேர்ல ஏதாவது நல்ல காரியம் பண்ணுங்கன்னு சொன்னீங்க,”

“ஆ! அதா.. சொன்னனா?”

“ஆமா! சொன்னீங்க...”

“அதையேத்தா இப்பவும் சொல்றே. போங்க... போய் அந்த புள்ள பேர்ல ஏதாவது ஒரு நல்ல காரியம் பண்ணுங்க”

“என்ன பண்றதுன்னு நீங்களே சொல்லுங்க”

“அட என்ன தம்பி நீங்க படிச்சவங்க. நாலும் தெரிஞ்சவங்க. என்னையவுட விவரமானவங்க. என்ன செய்யணும்னு என்கிட்ட கேட்டா எப்படி? உங்களுக்குத் தெரியாததா. ஏதாவது பண்ணுங்க போங்க. நல்லது செய்யறதுக்கு நாலு நல்லவங்க நல்ல யோசனையச் சொல்லுவாங்க. அவங்க பேச்சக் கேட்டு செய்ங்க.” என்று திருக்க கூற மூவரும் ஒருவரையொருவர் பார்த்துக் கொண்டனர்.

இதற்கு மேல் என்ன பேசினாலும் பிரயோஜனப்படாதுன்னு மூவருக்குமே நன்றாகப் புரிந்தது.

“என்ன தம்பி நான் சொன்னது சரிதானே? வாழ வேண்டிய வயசுல வாழாம அல்ப ஆயுசுல போன அந்தப் புண்ணிய ஆத்மா சாந்தி யடையணுந்தம்பி. அதுக்காகவாவது அவன் பேர்ல ஏதாவது ஒரு நல்ல காரியத்த பண்ணி வைங்க. அது போதும்” என்றார்.

“சரி” என்று ஒப்புக் கொண்டு மூவரும் ஊர் திரும்பினர்.

சில மாதங்களில் - “திருமுருகன் ஆதரவற்ற முதியோர் இல்லம்” என்ற பெயரில் திருமேனியின் வீடு ஒரு ஆதரவற்றோர் இல்லமாக மாறியது.

இல்லத்தின் உள்ளே திருமேனி, திருமுருகன், புகைப்படங்களுடன் திருக்கச்சாமியின் புகைப்படமும் வைக்கப்பட்டிருக்க, ஞானம், தவசி, மற்றும் ரேணுகா அதன் நிர்வாகப் பொறுப்பை ஏற்று நல்ல முறையில் நடத்தி வருகின்றனர்.

❖